HỌC PHẬT
ĐÚNG PHÁP

HỌC PHẬT ĐÚNG PHÁP
Giảng giải Kinh A-nan thưa hỏi về sự lành dữ của việc thờ Phật

Pháp Sư Tịnh Không chủ giảng
Nguyễn Minh Tiến Việt dịch và chú giải

ISBN-13: 978-1-6981-5140-3
ISBN-10: 1-6981-5140-3

Copyright © *United Buddhist Publisher - 2019*

PHÁP SƯ TỊNH KHÔNG

NGUYỄN MINH TIẾN
Việt dịch và chú giải

HỌC PHẬT ĐÚNG PHÁP

Nguyên tác:
A-NAN VẤN SỰ PHẬT CÁT HUNG KINH GIẢNG KÝ

阿難問事佛吉凶經講記

GIẢNG GIẢI
Kinh A-nan thưa hỏi
về sự lành dữ của việc thờ Phật

NHÀ XUẤT BẢN LIÊN PHẬT HỘI
UNITED BUDDHIST PUBLISHER

MỤC LỤC

- **Lời dẫn của người Việt dịch**..................11
- **Phần dẫn nhập**............................15
  - Giảng giải đề kinh......................15
  - Nội dung kinh này......................19
  - Tông chỉ kinh này......................20
  - Tác dụng của kinh này..................21
- **Phần I. Quả báo của việc thờ Phật, học Phật**............27
  1. Thưa thỉnh về việc thờ Phật, học Phật
     có quả báo không giống nhau 27
  2. Đức Phật giảng về những trường hợp
     học Phật được quả báo tốt lành 29
     2.1. Theo học bậc thầy sáng suốt, thọ trì giới luật,
          tin nhận làm theo 31
     2.2. Lễ bái cúng dường trai giới..................36
     2.3. Hiện thời u mê tăm tối [nhờ học Phật]
          về sau chắc chắn sẽ đạt đạo 41
  3. Đức Phật giảng về những trường hợp
     học Phật gặp quả báo không tốt 43
     3.1. Không gặp bậc minh sư, việc theo học,
          thọ giới cũng đều như không 43
     3.2. Mê muội phạm giới, thiếu sự cung kính,
          thường ganh ghét mắng chửi 45

HỌC PHẬT ĐÚNG PHÁP

  3.3. Không giữ trai giới, giết hại vật mạng,
    làm ô uế kinh điển 48
  3.4. Tà vạy tin theo đồng cốt, yêu ma,
    quỷ ác dẫn đến suy hao 50
  3.5. Sau khi chết rồi nhận chịu quả báo xấu ác,
    luân chuyển trong ba đường ác 53
 4. Đức Phật giảng dạy phá trừ mê chấp 55
  4.1. Kẻ ngu chuốc sự oán hận 55
    4.1.1. Không thông đạt nên oán trách 55
    4.1.2. Không thông đạt nên tự trói buộc 59
  4.2. Răn dạy rõ ràng về thiện ác 62
    4.2.1. Những thí dụ về thiện ác 62
    4.2.2. Nhân quả không sai lệch 68

 5. Tam bảo khó được gặp 70
  5.1. Đời trước gieo nhân tạo phước
    nay mới được gặp Phật pháp 70
  5.2. Dặn dò truyền bá giáo pháp về sau
    cùng việc tạo ruộng phước 75

✦ **Phần II. Trách nhiệm và quả báo của sự giết hại** 78
 1. Ngài A-nan thưa hỏi 80
 2. Phật chỉ rõ những điều nặng nhẹ 82
  2.1. Sai bảo người khác giết hại
    tội nặng hơn tự mình giết hại 82
  2.2. Vô ý không biết hoặc bị cấp trên cưỡng bức
    phải giết hại thì tội nhẹ 82
  2.3. Cố ý phạm tội lừa dối là tội nặng 83
 3. Oán cừu không gián đoạn 86
  3.1. Hiện tại chịu quả báo gặp tai nạn hung hiểm 87
  3.2. Muôn kiếp đọa trong ba đường ác 90
  3.3. Hiện nay đọa làm súc sinh,
    đều do gây nhân đời trước 95

✦ **Phần III. Bổn phận của thầy và đệ tử** 101

1. Bổn phận của thầy và đệ tử...............................101
   1.1. Bổn phận của đệ tử....................................101
      1.1.1. Khởi tâm xấu ác đối với thầy
              hoặc người hiền đức 101
         a. [Ngài A-nan thưa hỏi] 101
         b. [Đức Phật trả lời]............................107
      1.1.2. Phật nói thí dụ về việc khởi tâm xấu ác
              đối với thầy hoặc người hiền đức 111
      1.1.3. Giữ giới cảm động đến trời,
              cẩn thận đừng ganh ghét...................112
   1.2. Bổn phận của thầy dạy...............................115
      1.2.1. Hỏi đáp về việc thầy la mắng đệ tử 115
      1.2.2. Dạy học trò phải theo quy phạm chân chánh,
              không gây sự oán hận tranh kiện............118
      1.2.3. Răn dạy cả thầy và trò đều chớ nên phỉ báng.......120
   1.3. Quả báo tội lỗi của đệ tử phản bội thầy...................122

2. Sự hành trì của thầy và trò...............................124
   2.1. Sự xấu ác phát triển mạnh trong thời mạt thế 124
      2.1.1. Bốn việc xấu ác của người đời 124
         - Bất trung 126
         - Bất hiếu..126
         - Bất nhân bất nghĩa..............................126
         - Trái đạo làm người 127
      2.1.2. Tỳ-kheo gây tổn hại đến người khác 127
      2.1.3. Tỳ-kheo gây tổn hại cho chính mình 130
   2.2. Những gì nên làm 133
      2.2.1. Báo ơn Phật 133
      2.2.2. Thay đổi tập khí xấu ác....................138

✦ **Phần IV. Nghi vấn về pháp thế gian
ngăn ngại sự tu học xuất thế** **145**

1. Nghi vấn về việc người Phật tử mưu sinh trở ngại tu tập 145
2. Phật dạy có thể làm việc thế gian,
   không được theo ý thế gian 148
3. Thưa hỏi về ý nghĩa của "việc thế gian" và "ý thế gian" 151
   3.1. Nói về việc thế gian 151
   3.2. Nói về ý thế gian 155
4. Phật chỉ dạy về sự tôn quý của đạo pháp 159
   4.1. Người Phật tử khi làm việc gì
        nên tác bạch trước Tam bảo 159
   4.2. Giới luật đạo đức là tôn quý,
        chư thiên thần đều kính phục 161
   4.3. Đạo bao trùm khắp trời đất,
        chỉ do con người tự ngăn ngại 163
   4.4. Thiện ác đều do nơi tâm, tự làm tự chịu 164
   4.5. Giới hạnh thấu đến trời cao,
        các vị thánh đều ngợi khen xưng tán 165
   4.6. Bậc có trí tuệ tự nhiên đều
        vâng làm theo lời Phật dạy 167

✦ **Phần V. A-nan tự thấy mình may mắn
nên xót thương người khác** **169**

1. Ngài A-nan tự thấy mình may mắn được gặp Phật 169
2. Xót thương cho người đời
   nhiều tâm niệm xấu ác, kém lòng tin 171
3. Vì thương xót chúng sinh nên thỉnh Phật trụ thế................. 174

MỤC LỤC

✦ **Phần VI. Kệ can ngăn và khuyên dạy của ngài A-nan** 179
   1. Thỉnh Phật trụ thế 180
      1.1. Thỉnh Phật trụ thế 180
      1.2. Chúng sinh do tội chướng
           không gặp được chánh pháp 182
      1.3. Ít người hoằng pháp, đạo dần dần suy mất 184
   2. Nghi ngờ báng bổ là tội nặng 186
      2.1. [Chúng sinh do tội chướng không được nghe pháp] 186
      2.2. [Người đời tự sa đọa] 188
      2.3. Tội càng thêm tội 190
   3. Quả báo các tội khác nhau 192
      3.1. [Quả báo chung nơi địa ngục] 192
      3.2. [Quả báo của tội tham dâm] 193
      3.3. [Quả báo của tội uống rượu say sưa] 194
      3.4. [Quả báo chung của việc hủy phạm năm giới] 196
   4. Quả báo tốt lành của việc giữ năm giới 197
      4.1. [Quả báo của việc không giết hại, không trộm cướp] ... 197
      4.2. [Quả báo của việc dứt trừ dâm dục] 199
      4.3. [Quả báo của việc không nói dối, không uống rượu] 201
      4.4. Quả báo năm phúc lành cùng đến 202
   5. Quả báo của sự nghi ngờ lẽ tội phúc 204
      5.1. [Hậu quả của những kẻ không tin, nghi ngờ] 204
      5.2. [Quả báo ngăn trở chánh pháp] 205
      5.3. [Nỗi khổ trong địa ngục] 207
   6. Quả báo xấu ác của sự mê tín, tà kiến 208
      6.1. [Những việc mê tín của người đời] 209
      6.2. [Quả báo của sự mê tín] 211
      6.3. [Tội báo sau khi ra khỏi địa ngục] 213
      6.4. [Quả báo đọa vào cảnh giới súc sinh] 216
      6.5. Ba điều rất khó 219

7. Khuyến tu để kết thúc 222
   7.1. [Xưng tán ân đức Phật] 222
   7.2. [Người giác ngộ thương xót người mê] 223
   7.3. [Khuyên nỗ lực tu tập] 224
   7.4. [Ân đức của Phật là lớn nhất] 226
   7.5. Ba lời khuyên kết lại 227

✦ **Phần VII. Đại chúng nghe [kinh và] kệ tụng tin hiểu** 231
   1. Phát tâm vô thượng 231
   2. Tự cứu độ mình, cứu độ người khác 232
   3. Đại chúng tiếp nhận giáo pháp 233

LỜI DẪN CỦA NGƯỜI VIỆT DỊCH

A-nan vấn sự Phật cát hung kinh (阿難問事佛吉凶經) do ngài An Thế Cao (安世高) dịch từ Phạn ngữ sang Hán ngữ vào đời Hậu Hán (25-220), được xếp vào Đại Chánh Tân Tu Đại Tạng Kinh ở Tập 14, có 2 bản là kinh số 492a, bắt đầu từ trang 753, tờ a với tên Phật thuyết A-nan vấn sự Phật cát hung kinh (佛說阿難問事佛吉凶經) và kinh số 492b, bắt đầu từ trang 754, tờ c với tên A-nan vấn sự Phật cát hung kinh (阿難問事佛吉凶經). Cả hai bản đều ghi tên người dịch là ngài An Thế Cao.

Nội dung hai bản kinh khi so sánh có nhiều điểm khác biệt. Trong quá trình chuyển dịch tập sách này, chúng tôi nhận thấy Hòa thượng Tịnh Không dường như đã sử dụng bản 492b (A-nan vấn sự Phật cát hung kinh) làm bản chính để giảng giải. Riêng chúng tôi trong việc chuyển dịch phần kinh văn thì luôn có sự đối chiếu so sánh cả hai bản để bổ sung cho nhau. Trong rất nhiều trường hợp, điều này giúp chúng tôi hiểu rõ hơn ý nghĩa kinh văn.

Sự khác biệt giữa hai bản kinh có thể là do trong quá trình khắc in, lưu hành, vì cả hai bản đều ghi tên dịch giả là An Thế Cao nên rất có khả năng chúng cùng một xuất xứ. Do trải qua thời gian nhiều lần khắc in nên đã có những sai sót lệch lạc xảy ra và chúng ta không thể biết chắc được bản nào gần với nguyên bản hơn. Tuy nhiên, cũng may là nội dung kinh này không đề cập đến quá nhiều những vấn đề giáo pháp trừu tượng sâu xa, mà đa phần chỉ xoay quanh giáo lý về nhân duyên, nhân quả báo ứng. Do đó, chúng ta vẫn có thể căn cứ vào giáo pháp căn bản của Phật dạy để hiểu đúng nghĩa kinh ở những chỗ quá tối nghĩa.

Ngoài ra, chính sự giảng giải của Hòa thượng Tịnh Không trong tập sách này là một yếu tố vô cùng quan trọng giúp chúng ta hiểu được ý nghĩa bản kinh một cách rõ ràng, minh bạch hơn. Vì thế, ngay sau khi hoàn tất bản dịch sách này, chúng tôi cũng đã đồng thời cho lưu hành bản Việt dịch của kinh tại trang Kinh điển của website www.rongmotamhon.net - Quý độc giả có thể truy cập để xem và tải về miễn phí tại đây: https://pgvn.org/pg_3286aj

Trong quá trình Việt dịch, nhằm tạo điều kiện dễ dàng hơn cho người đọc trong việc nhận hiểu kinh văn cũng như lời giảng của Hòa thượng, chúng tôi đã cố gắng biên soạn các chú thích ở những nơi cần thiết. Nguyên bản Trung văn không có phần chú thích, vì vậy xin độc giả lưu ý là tất cả các chú thích trong bản Việt dịch này đều do chúng tôi đưa vào. Nguyên bản Trung văn có thể xem và tải miễn phí tại đây: https://pgvn.org/pg_3529gm. Ngoài ra, trong một số trường hợp khi nguyên văn nói quá cô đọng, chúng tôi cũng căn cứ vào sự tham khảo kinh sách khác hoặc những ý nghĩa trong chính sách này để thêm vào một số từ ngữ, câu văn đặt trong dấu ngoặc vuông ([...]), nhằm giúp độc giả dễ nhận hiểu hơn. Khi thêm vào một số tiểu tựa không có trong nguyên bản, chúng tôi cũng trình bày trong ngoặc vuông như vậy.

Mặc dù chúng tôi đã cố gắng hết sức thận trọng trong công việc, nhưng với những hạn chế nhất định về khả năng và trình độ, hẳn không tránh khỏi ít nhiều sai sót. Chúng tôi xin chân thành đón nhận và tri ân mọi sự góp ý để hoàn thiện hơn nữa bản Việt dịch này. Xin vui lòng liên lạc qua điện thư tại địa chỉ: nguyenminh@pgvn.org

Mong sao những nỗ lực của chúng tôi có thể đóng góp được một phần nhỏ nhoi trong việc đưa những lời dạy của đức Thế Tôn đến với nhiều người hơn nữa, để giúp vơi đi những khổ đau trong cuộc đời này.

Trân trọng,
Nguyễn Minh Tiến

PHẦN DẪN NHẬP

GIẢNG GIẢI ĐỀ KINH

Tiêu đề kinh này là *"A-nan vấn sự Phật cát hung kinh"* (Kinh A-nan thưa hỏi về sự lành dữ của việc thờ Phật, học Phật), gồm 8 chữ, có thể chia ra thành 5 phần để giới thiệu.

Thứ nhất, hai chữ "A-nan".

A-nan là tên người. Vị này là em họ của đức Phật Thích-ca Mâu-ni. Sau khi xuất gia thì làm thị giả cho Phật, nên là người luôn đi theo bên cạnh Phật. Trong số các vị đại đệ tử của Phật, ngài được tôn xưng là bậc "Đa văn đệ nhất" (Bậc nghe nhiều hơn tất cả).

Thứ hai là chữ "vấn" (thưa hỏi).

Về chữ "vấn" này, tức là việc nêu lên câu hỏi, trong Phật pháp giảng có năm trường hợp. Luận Thích Du-già trình bày:

1. Vì không hiểu được nên hỏi. Đối với sự việc, lý lẽ không hiểu được rõ ràng, trong trường hợp đó nên thưa hỏi vị thầy.

2. Vì nghi ngờ nên hỏi. Đó là từ chỗ thấy, nghe sinh lòng nghi ngờ, trong tư tưởng khởi sinh sự nghi hoặc, cũng nên thưa thỉnh vị thầy chỉ dạy cho.

3. Vì muốn thử nghiệm nên hỏi. Đây là vì muốn khảo xét để biết về bậc thầy hay vị trưởng giả [đang đối thoại] mà nêu câu hỏi.

4. Vì tùy tiện xem thường nên hỏi. Đây là nói trong lòng buông thả không có sự kiềm chế, tùy tiện nêu ra câu hỏi.

5. Vì lợi lạc cho hết thảy chúng sinh hữu tình nên thưa hỏi. Trường hợp thưa hỏi này là bản thân người thưa hỏi không có sự nghi hoặc gì cả, chỉ nhìn thấy trong đại chúng có một số người đối với sự việc, lý lẽ hoặc ý nghĩa đức Phật nói ra còn chưa nhận hiểu được rõ ràng nên trong lòng nghi hoặc. Thế nhưng tự thân những người không hiểu ấy lại không dám nêu câu hỏi. Khi ấy, bậc thông minh trí tuệ vì lợi ích của đại chúng nên liền cố ý giả vờ như không hiểu biết, đại diện cho mọi người nêu lên câu hỏi. Đó gọi là vì lợi lạc hữu tình nên thưa hỏi.

Chữ "vấn" trong tiêu đề kinh là thuộc trường hợp sau cùng này. Đó là Tôn giả A-nan vì lợi lạc cho chúng hữu tình mà thưa hỏi. Đây cũng gọi là "biết mà vẫn hỏi", mục đích là vì muốn làm lợi lạc cho đại chúng đời sau như chúng ta mà nêu ra bốn vấn đề trọng yếu.

Nói cách khác, bốn vấn đề quan trọng mà ngài A-nan nêu ra, đích thực là các mối nghi hoặc của những người mới phát tâm tu tập như chúng ta. Thông qua câu hỏi của ngài, đức Phật mới từ bi khai thị, giảng thuyết. Chúng ta chỉ từ nơi nội dung hỏi đáp này mà lãnh hội được ý nghĩa thuyết dạy của đức Thế Tôn, liền có thể phá trừ những sự nghi ngờ trong lòng mình, đối với phương pháp và lý luận tu hành tự nhiên có thể thấu hiểu rõ ràng.

Phần trên đã nói rõ ý nghĩa chữ "vấn" trong tiêu đề kinh này.

Thứ ba là hai chữ "sự Phật". Sự là thừa sự, vâng làm theo, "sự Phật" là thờ Phật, vâng làm theo những lời răn dạy của Phật-đà.

Phật giáo là một nền giáo dục, không phải tôn giáo. Nếu như Phật giáo quả là một tôn giáo thì chúng ta có thể học, cũng có thể không học. Chính vì Phật giáo là một nền giáo dục, cho nên mỗi người chúng ta đều phải tiếp nhận học tập. Nếu không, chúng ta sẽ rơi vào những sai lầm nghiêm trọng cùng vô số tổn thất. Cho dù là những người theo các tôn giáo khác cũng nên học tập nền giáo dục Phật-đà.

Phật-đà (Buddha) là phiên âm từ tiếng Phạn, nói gọn lại là Phật, có nghĩa là trí tuệ, giác ngộ. Nói chung những bậc có trí tuệ viên mãn, trọn vẹn đầy đủ, triệt ngộ rốt ráo thì đều được tôn xưng là Phật. Cho nên, Phật không phải quỷ thần, Phật là bậc đại trí, đại giác. Phật giáo là nền giáo dục của bậc đại trí đại giác, Phật giáo là nền giáo dục trí tuệ, giác ngộ. Tông chỉ giáo dục của Phật giáo là ở chỗ triệt để phá trừ mê tín, khơi mở phát triển trí tuệ chân chánh, khiến cho mọi người đều có thể sáng suốt phân biệt chân vọng, tà chánh, thị phi, thiện ác, lợi hại, được mất, tiến tới thiết lập, xây dựng nhân sinh quan, vũ trụ quan thanh tịnh, từ bi, cứu thế, trên nền tảng lý trí, đại giác, tích cực, tiến bộ, lạc quan, đạt đến chỗ giải quyết hết thảy khổ nạn của chúng sinh, đạt được mục tiêu của đời sống là trọn vẹn đầy đủ, chân thật, hạnh phúc.

Do vậy, thực sự là mỗi cá nhân đều nên tiếp nhận nền giáo dục của Phật giáo, đều nên kính vâng làm theo lời Phật dạy, đó mới gọi là "sự Phật".

Thứ tư là hai chữ "cát hung" (lành dữ). Nói chung những việc vừa lòng thỏa ý, hết thảy đều đúng như ý nguyện thì gọi là việc lành (cát). Những việc gì trái với ý nguyện, hết thảy đều không thuận theo lòng mình, cho đến tất cả những tai nạn họa hại đều gọi chung là việc dữ (hung).

Hai chữ này là bàn về kết quả của việc thờ Phật, làm theo lời Phật dạy (sự Phật).

Chữ "hung", chủ yếu là để nêu lên sự nghi hoặc: Học Phật, rốt ráo là việc lành, vì sao lại có việc dữ?

Bốn phần trình bày trên là bảy chữ trong tiêu đề kinh, là tên gọi riêng biệt của bản kinh này, khác biệt với tất cả những bản kinh khác.

Tiếp theo, phần thứ năm là chữ "kinh".

Chữ "kinh" là dùng chung cho tất cả các kinh Phật. Nói chung, hết thảy những lời Phật dạy đều gọi là kinh. Chữ kinh (經) bao hàm rất nhiều nghĩa. Phải khế hợp với chân lý mà chư Phật đã chứng nghiệm, đồng thời cũng khế hợp với căn cơ, trình độ giáo khoa của đại chúng, như vậy mới được gọi là kinh.

Từ xưa đến nay, ta thường dùng bốn chữ *"quán nhiếp thường pháp"* để giải thích ý nghĩa chữ kinh.

"Quán" nghĩa là quán xuyến, xuyên suốt, chỉ việc văn chương ý nghĩa trong kinh điển thảy đều có hệ thống, có tổ chức, kết cấu chặt chẽ, mạch lạc xuyên suốt, có thứ lớp trật tự không rối loạn.

Tiếp theo, chữ "nhiếp" có nghĩa là nhiếp thụ chúng sinh, khiến cho họ nhận hiểu, giác ngộ.

Thứ ba là chữ "thường", nghĩa là thường còn vĩnh viễn, không thay đổi, vượt thời gian, vượt không gian, tức là chân lý vĩnh viễn không biến đổi từ xưa đến nay, ở khắp mọi nơi.

Thứ tư là chữ "pháp", nghĩa là phép tắc, là nguyên lý, nguyên tắc, hết thảy các bậc hiền thánh cũng như người phàm đều phải tuân theo.

Phải hội đủ bốn ý nghĩa vừa nói trên mới có thể gọi là kinh Phật. Cho nên, kinh Phật có sự trình bày thích hợp, có cấu trúc chặt chẽ, nói rõ về chân tướng của vũ trụ nhân sinh, có thể giúp cho người người đều chứng nghiệm được ý nghĩa chân thật của những điều giảng giải trong kinh điển.

Gồm cả tám chữ trong đề kinh này lại để giải nghĩa thì đây là kể lại chuyện đệ tử đức Phật Thích-ca Mâu-ni, ngài A-nan thưa hỏi Phật rằng: "Có người tin tưởng kính vâng làm theo những lời răn dạy của Phật, như vậy thì kết quả đạt được có phải là phúc đức, là sự an ổn tốt lành, muôn sự đều như ý hay chăng? Hoặc có thể nào bị tổn hại, không được tốt lành lợi ích hay chăng?"

Đức Phật thuyết giảng bộ kinh này là giải thích điều nghi vấn đó.

Phần giảng giải đề kinh đến đây là hết.

NỘI DUNG KINH NÀY

Kinh này giảng rõ những ý nghĩa căn bản của việc học Phật, của việc làm người. Có thể nói đây là giáo trình học tập cho người mới bắt đầu vào học. Tuy thuộc về pháp nhỏ của hai cõi trời người, nhưng thật ra chính là nền tảng căn bản của Phật pháp Đại thừa. Phật pháp Đại thừa giống như tòa lầu cao đến chục tầng, mà những pháp nhỏ dạy cho hàng trời người chính là nền móng của tòa lầu ấy.

Do đó có thể biết rằng, bộ kinh này có vị thế quan trọng thiết yếu đến như thế nào trong nền tảng Phật học. Chúng ta học Phật, nên bắt đầu từ kinh này mà học. Giảng giải kinh điển, nên bắt đầu từ kinh này mà giảng.

TÔNG CHỈ KINH NÀY

Đức Phật dạy chúng ta rằng: "Nếu có thể vâng làm theo đúng giáo pháp của Phật, nhất định đạt được sự an lành tự tại." Trong kinh điển, đức Phật dạy chúng ta "tu hành". Tu là tu sửa, hành là hành động, hành vi. Tu hành là tu sửa chính tự thân mình, lời nói, ý nghĩ của mình, tu sửa hết thảy những hành vi không chính đáng.

Phật dạy chúng ta "không làm các việc ác, vâng làm mọi điều lành". Dứt trừ hết thảy mọi điều ác, nói ra những lời tốt đẹp, lợi ích chúng sinh, gìn giữ vun bồi tâm thành kính, tâm bình đẳng, tâm thanh tịnh, tâm từ bi, tâm hiếu thuận với hết thảy chúng sinh, tâm giáo hóa cứu độ chúng sinh, tâm nguyện bền bỉ không mệt mỏi chán nản; ba nghiệp [thân, khẩu, ý] luôn hiền thiện tốt lành. Gieo nhân lành nhất định được quả lành. Chúng ta làm đúng theo lời dạy của Phật, nhất định có thể đạt được muôn sự như ý nguyện.

Thế nhưng, trong việc này còn có những tiêu chuẩn chân chánh hoặc giả dối. Nói chung, vâng làm đúng theo lời Phật dạy thì đó mới là chân chánh. Nếu chỉ cầu được lợi ích cá nhân thì đó là hư ngụy, giả dối, kết quả đạt được đương nhiên sẽ là trái ngược.

TÁC DỤNG CỦA KINH NÀY

Kinh này dạy chúng ta sinh khởi lòng tin đối với những lời dạy của đức Phật; xây dựng, thiết lập thái độ tu học đúng đắn tốt đẹp, cầu sự nhận hiểu lý giải chính xác, phá trừ tà kiến, đồng thời nghiên cứu học hỏi rốt ráo ý nghĩa nhân quả.

Toàn kinh này có thể chia ra làm bảy phần.

1. Từ câu đầu tiên "A-nan bạch Phật ngôn..."[1] cho đến dòng cuối trang thứ ba "phụng hành phổ văn"[2] là Phần I. Phần này nói rõ việc tin tưởng vâng làm đúng theo lời Phật dạy thì quả báo đạt được là an ổn tốt lành. Nếu là mê muội, tin tưởng xằng bậy, làm ngược lại lời Phật dạy thì quả báo sẽ không an ổn tốt lành. Đây là điều người học Phật phải hết sức quan tâm.

2. Từ câu "A-nan phục bạch Phật ngôn..."[3] ở dòng cuối cùng của trang thứ ba cho đến câu "tội thâm như thị"[4] ở dòng cuối cùng của trang thứ tư là Phần II. Phần này bàn về trách nhiệm, quả báo của sự giết hại sinh mạng. Đây là vấn đề thuộc về giới luật, nhưng cũng là thảo luận về những hành vi thiện hay ác trong đời sống hằng ngày của chúng ta. Phạm vi của giới luật hết sức rộng lớn. Trong phạm vi hết sức rộng lớn đó chỉ nêu lên một vấn đề tiêu biểu để thảo luận, hy vọng chúng ta từ một vấn đề này có thể suy rộng ra, nghe một biết mười, nhờ đó thể hội được tinh thần của giới luật cũng như công đức, lợi ích của việc

---

[1] Ở đây Hòa thượng đang nói theo bản sách in mà thính chúng sử dụng. Theo Kinh văn Hán tạng (Đại Chánh Tân Tu Đại Tạng Kinh, Tập 14, kinh số 492b) thì đoạn này là ở trang 754, tờ c, dòng thứ 5.
[2] Kinh đã dẫn trên, trang 755, tờ a, dòng thứ 16.
[3] Kinh đã dẫn, trang 755, tờ a, dòng thứ 16.
[4] Kinh đã dẫn, trang 755, tờ b, dòng thứ nhất.

giữ giới, tiến tới phát khởi ý nguyện tu học, đạt đến cảnh giới "tri hành hợp nhất" (nói và làm phù hợp như nhau).

3. Từ câu "A-nan phục bạch Phật ngôn..."[1] ở dòng cuối trang thứ tư cho đến câu "khả bất thận da"[2] trong dòng thứ ba của trang thứ bảy, đây là Phần III. Phần này thảo luận các vấn đề dạy và học. Trong đời sống con người, việc dạy và học là quan trọng, thiết yếu nhất. Nhưng việc giáo dục có thành tựu hay không, trong thực tế được quyết định bởi tâm lý và thái độ của cả người dạy và người học cũng như phương pháp giáo dục. Nếu như cả người dạy và người học đều có thái độ và phương pháp tốt đẹp thì sự giáo dục đó nhất định thành công.

Phật giáo vốn đã là một nền giáo dục nên đương nhiên là xem trọng việc dạy học. Bậc thầy dạy – vị hòa thượng – khéo léo khai thị, chỉ bày, người đệ tử, học sinh, cũng khéo léo ngộ nhập, thành tựu được kiến giải, trí tuệ rốt ráo, trọn vẹn đầy đủ, sau đó mới có thể phục vụ đất nước, phụng sự xã hội, lấy việc tạo phúc cho hết thảy chúng sinh làm mục đích đời mình. Do đây có thể nói rằng nền giáo dục Phật giáo là nền giáo dục truyền thống tốt đẹp ưu việt nhất.

4. Từ câu "A-nan phục bạch Phật ngôn..."[3] ở dòng thứ ba của trang thứ bảy cho đến câu "khả đắc độ thế chi đạo"[4] ở dòng thứ tám của trang thứ tám là Phần IV. Phần này giải thích vấn đề Phật pháp với đời sống thực tế của chúng ta có gì mâu thuẫn hay không? Có chướng ngại gì hay không?

---

[1] Kinh đã dẫn, trang 755, tờ b, dòng thứ nhất.

[2] Kinh đã dẫn, trang 755, tờ c, dòng thứ 6. Bản Trung văn chép trong câu này là chữ dã (也) nhưng chúng tôi tham khảo cả ba bản Đại Chánh, Càn Long và Vĩnh Lạc đều là chữ da (耶). Hơn nữa, theo ngữ cảnh câu này thì chữ da (耶) hợp lý hơn.

[3] Kinh đã dẫn, trang 755, tờ c, dòng thứ 6.

[4] Kinh đã dẫn, trang 755, tờ c, dòng thứ 26-27.

Vấn đề này, đặc biệt là trong xã hội ngày nay, quả thật có một số các vị bằng hữu cùng học Phật trong chúng ta vẫn còn hoài nghi không thể giải quyết được. Trong phần kinh văn này, đức Phật đưa ra cho chúng ta một lời giải đáp chính xác, rõ ràng, giúp chúng ta hiểu rõ được rằng sự tu học Phật pháp quả thật hữu ích cho đời sống, mang lại hạnh phúc mỹ mãn mà không có bất kỳ chướng ngại nào.

Kinh văn đến phần này đã giải đáp trọn vẹn bốn điều nghi vấn của những người mới bắt đầu học Phật. Bốn phần kinh văn đầu tiên là chủ đề vấn đáp của bản kinh này.

5. Từ câu "A-nan văn Phật thuyết"[1] ở dòng thứ tám thuộc trang thứ tám cho đến câu "vị khả thủ Nê-hoàn"[2] ở dòng thứ ba thuộc trang thứ chín là Phần V, nói rõ việc Tôn giả A-nan nghe thuyết pháp được lợi ích và cảm tưởng của ngài.

6. Từ câu cuối dòng thứ ba thuộc trang thứ chín trở đi là Phần VI gồm 28 đoạn kệ,[3] do ngài A-nan nói ra. Kệ tụng thuộc thể loại thi ca, mỗi đoạn có 4 câu, trong kinh này mỗi câu kệ đều gồm 5 chữ, có thể diễn ngâm.

Phần VI này là ngài A-nan trình bày chỗ tâm đắc của mình, mục đích là giúp sức cùng đức Phật trong việc khuyên dạy đại chúng, phải vâng làm theo đúng lời Phật dạy mới có thể đạt được công đức, lợi ích thù thắng từ Phật pháp, cũng là không cô phụ lòng từ bi của bậc thầy là đức Phật đã khó nhọc dạy bảo.

---

[1] Kinh đã dẫn, trang 755, tờ c, dòng thứ 27.
[2] Kinh đã dẫn, trang 756, tờ a, dòng thứ 5.
[3] Kinh đã dẫn, phần 28 bài kệ tụng này bắt đầu từ trang 756, tờ a, dòng thứ 7 cho đến trang 756, tờ c, dòng thứ 4.

7. Phần kinh văn cuối cùng (Phần VII) gồm bốn dòng,¹ nói rõ sự tin hiểu của đại chúng cũng như phát nguyện thọ trì kinh văn và lễ tạ, cũng là sự tổng kết toàn bộ kinh văn.

Trên đây là giới thiệu sơ lược về đề kinh và nội dung. Từ đây sẽ bắt đầu giới thiệu với quý vị về người phiên dịch kinh này.

Trong bản kinh ghi: "Hậu Hán Sa-môn An Thế Cao dịch." (後漢沙門安世高譯)

Hậu Hán là chỉ triều đại,² cho ta biết niên đại dịch kinh này. An Thế Cao³ là tên người dịch kinh. Đại sư người nước An Tức nên lấy chữ An làm họ, tên là Thanh, tự là Thế Cao.

Nước An Tức, người đời Đường gọi là nước Ba Tư, ngày nay chính là nước Iran.

Đại Sư An Thế Cao vốn là thái tử con vua nước An Tức, thông minh nhân hậu và hiếu hạnh. Ngài là người có đủ trí tuệ và đức hạnh, lại nhiều tài nghệ. Khi phụ vương qua đời, ngài kế thừa ngôi vua, chưa được một năm thì nhường ngôi cho người chú, tự thân mình xuất gia tu đạo.

Pháp sư Thế Cao có nhân duyên với người Trung quốc, cho nên sau khi tu hành đắc đạo liền du hóa sang Trung quốc, là một trong các vị đại sư chuyển dịch kinh điển Phật giáo sớm nhất trong lịch sử [Trung quốc].

Ngài đến kinh đô Lạc Dương của Trung quốc thời đó vào năm thứ hai niên hiệu Kiến Hòa, đời Hán Hoàn Đế

---

¹ Kinh đã dẫn, từ trang 756, tờ c, dòng thứ 5 cho đến dòng thứ 10.
² Triều đại Hậu Hán kéo dài trong khoảng từ năm 25 đến năm 220.
³ Năm sinh và năm mất của ngài An Thế Cao không xác định chắc chắn được nhưng được ước đoán là vào khoảng năm 148 – 176.

(148), được triều đình kính lễ, ở lại đó chuyển dịch kinh điển được cả thảy 29 bộ, tổng cộng 176 quyển,¹ trong thời gian là 22 năm. Đến năm thứ ba niên hiệu Kiến Ninh đời Hán Linh Đế (170) ngài mới ngừng công việc dịch kinh và du hóa về Giang Nam, đến Dự Chương (nay là Nam Xương thuộc tỉnh Giang Tây) xây dựng chùa Đại An. Vùng Giang Nam Trung quốc kể từ đó mới bắt đầu có chùa thờ Phật.

Truyện tích về ngài An Thế Cao truyền lại rất nhiều, quý vị có thể tham khảo trong sách Cao Tăng Truyện, quyển 1.²

Hai chữ sa-môn là phiên âm từ tiếng Ấn Độ (Sanskrit: śramaṇa), là danh xưng dùng chung cho tất cả những người xuất gia tu hành ở Ấn Độ thời cổ [thuộc nhiều tôn giáo, tín ngưỡng khác nhau. Trong Phật giáo,] chữ này được dịch là "cần tức". *Cần* là chuyên cần, nghĩa là chuyên cần tu tập giới, định, tuệ; *tức* là ngưng dứt, nghĩa là ngưng dứt tham lam, sân hận, si mê. Tại Trung quốc thì sa-môn là danh xưng dùng để gọi các vị đại sư.

Dịch là phiên dịch, chuyển dịch, nghĩa là dịch từ chữ Phạn (Sanskrit) của Ấn Độ sang chữ Hán của Trung quốc.

Đến đây là đã giới thiệu qua về đề kinh, nội dung kinh và người dịch kinh này.

---

¹ Theo thống kê của chúng tôi khi biên soạn Mục lục Đại Chánh Tạng thì hiện còn giữ được 55 bộ kinh do ngài An Thế Cao dịch, trong đó tộng cộng có 59 quyển. Như vậy, số tên kinh nhiều hơn nhưng số quyển ít hơn Hòa thượng nêu ở đây.

² Cao Tăng Truyện do ngài Thích Tuệ Kiểu soạn vào đời Lương, 14 quyển, xếp vào Đại Chánh Tạng thuộc Tập 50, kinh số 2059. Truyện ngài An Thế Cao là truyện thứ ba trong quyển 1, gọi tên ngài là An Thanh.

PHẦN I.
QUẢ BÁO CỦA VIỆC THỜ PHẬT, HỌC PHẬT

Phần đầu tiên nói về quả báo của việc thờ Phật, học Phật, [chia làm năm ý chính]:

1. [Ngài A-nan] thưa hỏi về việc thờ Phật, học Phật vì sao có quả báo không giống nhau.
2. [Đức Phật đáp lại] nói về quả báo tốt lành có ba trường hợp.
3. Đức Phật giảng nói tiếp về quả báo không tốt có bốn trường hợp.
4. Đức Phật giảng dạy phá trừ mê chấp.
5. Phật dạy về ý nghĩa trong đời rất khó được gặp Tam bảo.

1. Thưa thỉnh về việc thờ Phật, học Phật có quả báo không giống nhau

Kinh văn

阿難白佛言。有人事佛得富貴諧偶者。有衰耗不諧偶者。云何不等同耶。願天中天普為說之。[1]

---

[1] Bản 492a có thêm câu mở đầu: 阿難說：聞如是。(A-nan thuyết: Văn như thị.) Trong phần kinh văn cũng khác biệt một vài chữ nhưng không đổi nghĩa, như 不得諧偶 (bất đắc hài ngẫu) thay vì 不諧偶 (bất hài ngẫu), hoặc 不等耶 (bất đẳng da) thay vì 不等同耶 (bất đẳng đồng da).

A-nan bạch Phật ngôn: Hữu nhân sự Phật, đắc phú quý hài ngẫu giả; hữu suy hao bất hài ngẫu giả, vân hà bất đẳng đồng da? Nguyện Thiên Trung Thiên phổ vị thuyết chi.

Dịch nghĩa

Ngài A-nan bạch Phật: "Có người thờ Phật, học Phật được giàu sang phú quý, mọi việc đều như ý, lại có người [cũng học Phật, thờ Phật] gặp quả báo suy tổn hao hụt, mọi việc đều không như ý, vì sao có sự không giống nhau như vậy? Nguyện đấng Thiên Trung Thiên vì chúng con giảng rộng."

Đoạn kinh này là lời ngài A-nan thỉnh Phật giảng pháp. Ngài nêu ra hai vấn đề: Thứ nhất, học Phật được [quả báo] giàu sang phú quý, mọi việc đều như ý. Thứ hai, [lại có người] sau khi học Phật rồi thì kết quả là mất đi sự giàu sang phú quý, địa vị vốn có trước đó, hết thảy mọi việc đều không được như ý.

[Ngài A-nan thắc mắc:] "Cùng là thờ Phật, học Phật, vì sao quả báo lại không giống nhau như vậy? Nguyện đức Phật từ bi rộng vì chúng con giảng nói ý nghĩa trong việc này."

Kinh văn dùng chữ "hài ngẫu" (諧偶) có nghĩa là hết thảy mọi việc đều được như ý muốn.

"Thiên Trung Thiên" là danh hiệu tôn xưng của hàng đệ tử đối với Phật, hàm ý xưng tán Phật là bậc cao quý nhất trong tất cả các vị trời, nghĩa là được hết thảy chư thiên đồng lòng tôn kính, nên tôn xưng ngài là đấng Thiên Trung Thiên.

Phần kinh văn tiếp theo là nội dung trả lời của đức Phật Thích-ca Mâu-ni, chia làm ba ý chính. Thứ nhất, giảng nói nguyên do của việc học Phật được các quả báo tốt lành. Thứ hai, giảng nói vì sao [học Phật] không được quả báo tốt lành. Thứ ba, Phật răn dạy người học Phật phải phá trừ những điều mê tín, bám chấp sai lầm.

2. Đức Phật giảng về những trường hợp học Phật được quả báo tốt lành

Phần này có ba ý chính. Thứ nhất, [người học Phật] theo học được bậc thầy sáng suốt, thọ trì giới luật, tin nhận làm theo. Thứ hai, [người học Phật] lễ bái cúng dường, ăn chay giữ giới. Thứ ba, hiện thời u mê tăm tối, [nhờ học Phật] về sau chắc chắn sẽ đạt đạo.

Kinh văn

佛告阿難：有人奉佛，從明師受戒；專信 不犯；精進奉行；不失所受。形像 鮮明，朝暮禮拜；恭敬燃燈；淨施所安，不違道禁；齋戒不厭，心中欣欣！常為諸天善神擁護，所向諧偶，百事 增倍。為天龍鬼神眾人所敬。後必得道。是善男子、善女人，真佛弟子也。[1]

---

[1] So với kinh văn trong bản 492a cũng có khác biệt nhưng không đổi nghĩa, ví dụ như bản 492a đã dùng câu 不失精進奉行所受 (bất thất tinh tấn phụng hành sở thụ) để thay cho 專信不犯精進奉行不失所受 (chuyên tín bất phạm tinh tấn phụng hành bất thất sở thụ), hoặc dùng 心常歡欣 (tâm thường hoan hân) thay vì 心中欣欣 (tâm trung hân hân). Có thể thấy, những sự khác biệt

Phật cáo A-nan: Hữu nhân phụng Phật, tùng minh sư thụ giới, chuyên tín bất phạm, tinh tấn phụng hành, bất thất sở thụ. Hình tượng tiên minh, triêu mộ lễ bái, cung kính nhiên đăng, tịnh thí sở an, bất vi đạo cấm, trai giới bất yếm, tâm trung hân hân! Thường vi chư thiên thiện thần ủng hộ, sở hướng hài ngẫu, bá sự tăng bội, vi thiên long quỷ thần chúng nhân sở kính, hậu tất đắc đạo. Thị thiện nam tử, thiện nữ nhân, chân Phật đệ tử dã.

Dịch nghĩa

Đức Phật bảo ngài A-nan: "Có người thờ Phật, theo học với bậc thầy sáng suốt, hết lòng tin theo không làm trái, tinh tấn vâng làm, không quên mất những điều đã học. Đối trước hình tượng trang nghiêm tốt đẹp, sớm chiều lễ bái, cung kính thắp đèn hương, bố thí thanh tịnh, [tâm] được an ổn, không phạm vào lẽ đạo và giới cấm, giữ gìn trai giới kiên trì không chán, trong lòng thường vui thích. Người như vậy thường được chư thiên và các vị thiện thần theo bảo vệ, giúp đỡ, mong muốn điều gì cũng được như ý, trăm việc đều tăng tiến bội phần, lại được hàng trời, rồng, quỷ thần, mọi người đều cung kính, về sau chắc chắn sẽ đạt đạo. Những thiện nam, thiện nữ như vậy là đệ tử chân chánh của Phật."

---

này hầu như không làm thay đổi nghĩa kinh. Chúng tôi chỉ dẫn ra một vài so sánh để quý độc giả có một ý niệm chung về sự khác biệt giữa hai bản kinh văn. Từ đây về sau, tuy vẫn tiếp tục làm công việc so sánh trong lúc chuyển dịch, nhưng chúng tôi sẽ không liệt kê tất cả các khác biệt, trừ ra những khác biệt thực sự quan trọng có ảnh hưởng đến ý nghĩa kinh văn.

2.1. Theo học bậc thầy sáng suốt, thọ trì giới luật, tin nhận làm theo

Đoạn kinh văn này là đức Phật đáp lại câu hỏi đầu tiên của ngài A-nan, nói rõ nguyên do người học Phật được quả báo tốt lành. Trong nội dung giải đáp này, chúng ta có thể chia làm ba ý để thảo luận. [Phần này đang giảng về] ý thứ nhất là nương theo bậc thầy.

Kinh Hoa Nghiêm nói: "'Thiện nam tử! Nếu muốn thành tựu trí tuệ của bậc Nhất Thiết Trí (rõ biết tất cả), nhất định phải cầu tìm được bậc thiện tri thức chân chánh, không sinh tâm phóng túng lười nhác, không chán nản tự cho là đủ, hết thảy đều tùy thuận [theo thầy], không nhìn vào những điểm sai sót khiếm khuyết của thầy.' Lúc bấy giờ, Đồng tử Thiện Tài một lòng nhớ lại, y theo bậc thiện tri thức, phụng sự bậc thiện tri thức, tôn kính bậc thiện tri thức, đối với bậc thiện tri thức khởi tâm xem như mẹ hiền, khởi tâm xem như cha lành, được nghe pháp rồi mừng vui phấn chấn..."

Do đó có thể biết rằng, dù là pháp thế gian hay xuất thế gian, người cầu học không ai là không xem trọng đạo thầy trò.

Đạo thầy trò được thiết lập, [trong xã hội] ắt có nhiều người tốt, nhiều người tốt thì đất nước được an trị, thiên hạ thái bình.

"Theo thọ giới với bậc thầy sáng suốt." Ngài Âu Dương Cánh Vô nói rằng: "Bậc thầy phải lấy chỗ tri kiến làm tánh thể, không được lấy địa vị hoặc nghi lễ hình thức cho là tánh thể."

Kinh Pháp Hoa nói: "Chư Phật Thế Tôn vì nhân duyên đại sự mà ra đời, là khai thị [chúng sinh] ngộ nhập tri kiến của Phật."

Kinh Niết-bàn, luận Du-già, tất cả đều xem tri kiến là chính yếu. Cho nên, chỉ có tri kiến là bậc Thiên Nhân Sư (thầy của hai cõi trời, người). Bậc Thiên Nhân Sư [tri kiến] là căn bản duy nhất của Phật giáo.

"Minh sư" (bậc thầy sáng suốt) là chỉ những bậc thầy đối với hết thảy các pháp, dù là pháp Phật hay pháp thế gian, đều thực sự thông suốt hiểu rõ, không có chướng ngại, phẩm hạnh và sở học đều ưu việt, thực sự có tu tập, có chứng đắc.

Đức Phật dạy chúng ta, khi học Phật cần phải cầu được bậc minh sư như thế. Tuy vậy, xét cho cùng thì bậc minh sư chỉ có thể [do duyên mà] gặp, không thể cầu mà được. Nếu không có phước đức nhân duyên từ đời trước thì khó mà gặp được.

Ví như không gặp được [bậc thầy như vậy] mà bất đắc dĩ phải tìm cầu ở mức thấp hơn, cũng phải tìm cho được bậc có tri kiến chân chánh, có thể nói ra được lời của bậc thánh, có thể dùng ví dụ dẫn giải, được như vậy mới nên theo phụng sự học hỏi.

Trong kinh dạy rằng: *"Y pháp bất y nhân. Tuyết sơn bán kệ, la-sát khả sư."* (Nương theo Chánh pháp, chẳng nương theo người nói pháp. [Như trường hợp] nửa bài kệ ở Tuyết sơn, quỷ la-sát cũng có thể làm thầy.)[1]

Chỉ những bậc thầy sáng suốt thông đạt thấu suốt pháp thế gian và xuất thế gian mới không dẫn dắt chúng ta quay trở lại luân hồi, mới không chỉ dẫn sai lầm phương hướng tu tập. Đặc biệt là đối với những người mới vào cửa Phật, không tránh khỏi việc tồn tại những thành kiến ban đầu,

---

[1] Kinh Niết-bàn kể lại một tiền thân của đức Phật, khi được nghe quỷ la-sát đọc nửa bài kệ, vốn là lời dạy của vị Phật trước đó, ngài liền theo cầu được nghe nửa bài kệ còn lại. Cho nên nói rằng "quỷ la-sát cũng có thể làm thầy".

lúc mới vào học nếu không gặp được bậc thầy sáng suốt, về sau ví như có gặp được bậc thiện tri thức chân chánh cũng không dễ dàng trừ hết được những thành kiến ban đầu để thay đổi phương hướng.

Cho nên, người mới phát tâm học Phật thì việc quan trọng lớn lao nhất là phải thận trọng chọn lựa bậc thầy để nương theo, phải tìm cầu bậc thiện tri thức.

"Thọ giới" là tiếp nhận những lời răn dạy của thầy. Hàm nghĩa của chữ "giới" bao gồm cả học vấn dung hòa với sinh hoạt của thân tâm. Học vấn là sinh hoạt, sinh hoạt là học vấn, đó là sự giáo dục mà hiểu biết với thực hành đều hợp nhất, là sự tu học mà lý tánh với sự tướng đều viên dung.

Ý nghĩa câu kinh này là: "Học Phật cần nương theo bậc thầy thông đạt sự lý, thực tu thực chứng, có đầy đủ lòng từ bi và nguyện lực, biện tài, tiếp nhận sự dạy bảo của bậc thầy như vậy, kính vâng làm theo lời dạy."

Mời quý vị xem phần tiếp theo: "Hết lòng tin theo không làm trái, tinh tấn vâng làm, không quên mất những điều đã được học."

Ba câu này nói về đạo thờ thầy. Theo phép tắc thời xưa, bậc vua chúa không thi lễ với thần dân, nhưng đối với thầy thì phải thi lễ. Theo lễ nghi trong sách Đại Học, bậc thầy tuy vào triều kiến thiên tử cũng không cần phải đứng quay về hướng bắc, nhưng cúng lễ bậc tiên thánh, tiên sư thì thiên tử cũng phải quay về hướng bắc lễ bái.

Đạo thờ thầy không có gì được giấu giếm, không làm trái lời thầy, thường hầu hạ bên cạnh thầy, phụng sự đến khi thầy qua đời để tang trong lòng ba năm. Cho nên người cầu học, trước hết đối với bậc thầy phải khởi tâm kính trọng, tôn kính thầy, quý trọng đạo, đạo thờ thầy là đạo làm người, đạo thờ thầy cũng là đạo Phật.

Những lời răn dạy của thầy, những lý lẽ nêu lên trong kinh điển cùng với phương pháp tu hành, tất cả đều phải "hết lòng tin theo không làm trái".

Một lòng tin theo không nghi ngại, gọi là hết lòng tin theo. Không trái lời giáo huấn, gọi là không làm trái. Đó là thái độ tu học tốt nhất.

Cư sĩ Đường Đại Viên[1] nói: "Phật pháp dạy người trước hết cầu Căn bản trí, không hình tướng, không phân biệt. Tiếp theo cầu Hậu đắc trí, có khả năng phân biệt hết thảy các pháp."

Lại như ở Trung quốc ngày xưa dạy trẻ thơ đọc sách, trước tiên chỉ đọc thuộc từng câu, về sau mới giảng giải ra, tự nhiên được khai ngộ. Đó là tư tưởng nhất quán trong văn hóa phương Đông.

Học Phật cũng nên tụng đọc thuộc lòng, nên đọc qua kinh luận, không cầu hiểu được nhiều, tức là chỉ cầu Căn bản trí. Đến khi tụng đọc nhuần nhuyễn có thể sinh ra sự khéo léo, do chỗ được nghe mà phát sinh trí tuệ tư duy, trí tuệ tu chứng, đó là Hậu đắc trí. Chỗ này so sánh giữa phương Đông và phương Tây, phương Đông không cầu nhanh chóng hiểu rõ, đó là bồi dưỡng Căn bản trí, dần dần phát triển Hậu đắc trí. Phương Tây vừa bắt đầu học đã muốn hiểu rõ ngay, đó là phá hoại Căn bản trí, làm mất đi tác dụng của Hậu đắc trí.

Đại sư Âu Dương cũng nói: "Ngày nay có người cho rằng

---

[1] Đường Đại Viên (1885-1941): cư sĩ người Hồ Nam, quy y với Pháp sư Ấn Quang, tu học pháp Tịnh Độ. Về sau chuyên nghiên cứu Duy thức học, có nhiều thành tựu. Ông là học giả Phật giáo có nhiều uy tín, từng giảng dạy môn Duy thức học ở Phật học viện Vũ Xương, Đại học Trung Hoa, Đại học Vũ Hán, Phật học hội Trường Sa v.v... Ông cũng từng là chủ biên các tạp chí Hải Triều Âm, Phương Văn Hóa. Ông có biên soạn nhiều sách về Duy thức học. Về phương diện tu học, ông chủ trương khuynh hướng Bồ Tát đạo nhập thế.

kinh luận thánh hiền ý nghĩa thâm sâu, không thích hợp với lớp trẻ, nên bỏ việc đọc kinh. Thật oan uổng thay! Quan điểm mê muội này cũng hủy hoại tất cả, đưa [người học] vào lối chết, không còn sinh khí. Đáng buồn thay!"

Cho nên "hết lòng tin theo không làm trái", đó là tiếp nhận nền giáo học của pháp môn bất nhị.

"Tinh tấn phụng hành" là sự tinh thuần chuyên nhất, ngày ngày đổi mới, mạnh mẽ tiến lên; mỗi ngày đều cầu sự tiến bộ mà không thối lui.

Giáo trình học tập của Phật giáo là kinh điển, là những bộ sách giáo khoa có đầy đủ tính chất siêu việt thời gian và không gian, là những nguyên lý, nguyên tắc vĩnh viễn không thay đổi. Tuy là vĩnh viễn không thay đổi nhưng có thể vận dụng trong mọi việc. Đó gọi là bất biến tùy duyên, tùy duyên nhưng bất biến.

Về điểm này, chúng ta có thể xác thật bằng cách xem trong các bản chú giải kinh điển qua nhiều thời đại. Cùng một bộ kinh, tuy hàm chứa ý nghĩa chân lý bất biến, nhưng cách giải thích [ý nghĩa đó] luôn mang tính thời đại. Thời đại khác nhau thì nhu cầu cũng khác nhau, nên kinh điển có thể đưa ra đủ mọi cách giải thuyết lợi ích cho chúng sinh trong thời đại đó. Đó là sự bất biến của Căn bản trí, còn Hậu đắc trí thì tùy thuận theo đủ mọi nhân duyên của chúng sinh, đạt được lợi ích lớn lao cho đời sống. Đó chính thật là sự tinh tấn ngày ngày đổi mới, không phải chỉ cứng nhắc đọc theo kinh sách mà có thể làm được như vậy.

Cho nên, nền giáo dục Phật giáo chính là mỗi ngày đều cải tiến, đổi mới thêm hơn, là tinh tấn thực hành, luôn luôn bắt kịp, đề cập đến những vấn đề cấp thiết nhất của thời đại. Thường tinh tấn thực hành theo lời răn dạy của thầy thì tự nhiên đối với con đường học vấn, đạo nghiệp mỗi ngày đều thêm tiến bộ mà không thối thất.

Về ý thứ nhất của đoạn này, chỉ giới thiệu đến đây.

2.2. Lễ bái cúng dường trai giới

[Kinh văn nói:] "Đối trước hình tượng Phật trang nghiêm tốt đẹp, sớm chiều lễ bái, cung kính thắp đèn hương, bố thí thanh tịnh được an ổn, không phạm vào những điều ngăn cấm, giữ gìn trai giới kiên trì không chán, trong lòng thường vui thích."

Đoạn kinh này giảng về ý nghĩa "tu học". [Khổng tử nói:] "Học hỏi rồi thường ôn tập, chẳng phải vui lắm sao!"[1]

"Hình tượng trang nghiêm tốt đẹp", câu này nói việc tu tập tâm chí thành cung kính. "Hình tượng" là nói những hình tượng chư Phật, Bồ Tát mà chúng ta cúng dường. Cúng dường hình tượng [Phật, Bồ Tát] không phải là mê tín, không phải chỉ là quỳ lạy tượng gỗ, mà là biểu hiện cao nhất của sự nghệ thuật hóa giáo dục. Chư Phật, Bồ Tát số nhiều không tính đếm được, nhưng không phải là [những vị thần linh theo như] phiếm thần giáo, mà đó là biểu trưng cho những đức năng vô tận của tự tánh trong chính bản thân chúng ta. Hình tượng Phật, hồng danh Phật là biểu trưng cho *quả* thành tựu tánh đức. Hình tượng và danh hiệu các vị Bồ Tát là biểu trưng cho *nhân* tu tập tu đức. Lễ kính chư Phật, Bồ Tát là biểu hiện sự kính trọng đối với tánh đức và tu đức, cũng là biểu hiện ý nghĩa tự trọng và trang nghiêm cung kính đối với năng lực mạnh mẽ của tự thân mình.

Lấy ví dụ như danh hiệu của đức Phật Thích-ca Mâu-

---

[1] Luận ngữ, chương Học nhi (學而): 子曰:學而時習之，不亦悅乎? (Tử viết: Học nhi thời tập chi, bất diệc duyệt hồ?)

ni, "Thích-ca" có nghĩa là "năng nhân", biểu thị phẩm tính nhân từ trong tánh đức, "Mâu-ni" có nghĩa là "tịch mặc", biểu thị phẩm tính thanh tịnh, tịch tĩnh trong tánh đức.

[Hoặc như danh hiệu] Bồ Tát Địa Tạng, có nghĩa là "kho báu trong lòng đất", suy rộng ra là căn bản của sự tu tập thể tánh, là hiếu đạo, biểu trưng rằng hiếu là phẩm hạnh hàng đầu trong trăm điều thiện của tu đức.

Các danh hiệu Bồ Tát khác như Văn-thù là biểu trưng cho trí tuệ, Quán Âm là biểu trưng cho lòng đại bi, cũng chính là lòng trắc ẩn mà Mạnh tử nói đến, Di-lặc là biểu trưng cho tâm đại từ, sự nhẫn nhịn nhún nhường, Phổ Hiền là biểu trưng cho sự rộng lớn của tánh đức và tu đức v.v... Chỉ nói qua một vài danh hiệu như thế, không thể kể hết.

Trong nền giáo dục Phật giáo, hết thảy những hình tượng và danh hiệu như thế là nhằm giúp cho người học trong khi mắt nhìn hình tượng Phật hoặc tai nghe danh hiệu đều có thể phát tâm tu tập tự tánh, khởi lên ý chí hướng thượng, hướng về phẩm tính hiền thiện [của chư Phật, Bồ Tát mà] tu tập sao cho có thể sánh bằng, noi theo điển hình của chư Phật, Bồ Tát mà tu tập xây dựng phẩm cách cao thượng chân thiện mỹ của chính mình, như vậy đâu có gì là mê tín?

Hơn thế nữa, đức Phật Thích-ca Mâu-ni là bậc thầy mở đạo ban đầu, chư vị Bồ Tát là những người tu học trước đây, cúng dường hình tượng các ngài chính là phương pháp dạy cho người học sự chân thành, tu tập cung kính, quay lại báo đáp nguồn cội. Người có thể khởi tâm cung kính bậc hiền đức tất nhiên ưa thích làm những việc hiền thiện, tạo phúc lành cho xã hội, cứu độ hết thảy chúng sinh. Đó là ý nghĩa cúng dường hình tượng trong Phật giáo.

"Trang nghiêm tốt đẹp" là ý nói phải ngay ngắn chỉnh tề, tinh khiết sạch sẽ. Phải thường xuyên gìn giữ hình tượng Phật luôn ở vị trí ngay ngắn chỉnh tề, tinh khiết sạch sẽ, đó chính là tu tập đạo chân thành cung kính.

Câu "sớm chiều lễ bái" là nói việc tu thân, "cung kính thắp đèn hương" là nói việc tu tâm.

"Sớm chiều" là ý nói thời khóa công phu sớm tối đều đặn, là sự tu tập mà người học Phật tất yếu phải thực hành.

"Lễ bái" là học lễ nghi, học sự cung kính. Kính lễ đối với người, đối với sự vật, không lúc nào thiếu sự cung kính.

Khổng tử cũng từng nói: "Không biết lễ thì không lấy gì để thành tựu." Lại cũng nói: "Người quân tử lấy nghĩa làm phẩm chất, lấy lễ làm phẩm hạnh." Huống chi phương pháp lễ bái của nhà Phật là dựa trên nguyên lý thiền định mà thực hành, trong ý nghĩa động hay định đều không ngăn ngại, động hay tĩnh đều không phân biệt, đích thực là một phương pháp dưỡng sinh vận động rất tốt giúp rèn luyện thân thể khỏe mạnh. Sáng sớm lạy một trăm lạy tốt hơn nhiều so với việc luyện tập chạy bộ. Ý nghĩa mầu nhiệm trong việc này đâu mấy ai nói ra được?

"Thắp đèn hương" là tu tâm, vì đèn là biểu hiện của ánh sáng, trí tuệ và sức nóng ấm, biểu trưng cho tánh đức của chúng ta vốn sẵn đủ ánh sáng trí tuệ và sự nhiệt thành của lòng từ bi. "Cung kính thắp đèn hương" là biểu trưng cho việc thắp lên ngọn đèn tự thân, soi sáng cho người khác, sưởi ấm cho người khác. Dùng tâm thành kính thắp lên ngọn lửa trí tuệ của bản thân, thắp lên ngọn lửa tinh tấn, phóng xuất ánh sáng và hơi ấm vô tận để cứu đời độ người. Câu kinh này rất giống với lời Khổng tử: "Người hiếu học gần với trí sáng."[1] Đây là chú trọng nơi sự học.

---

[1] Khổng tử nói: "Hiếu học cận hồ trí - 好學近乎智 ."

"Bố thí thanh tịnh, [tâm] được an ổn, không phạm vào những điều ngăn cấm." Hai câu này nói về sự tu hành. Tu là tu sửa cho đúng đắn, chính đáng, hành là thực hành, hành vi, ý nói tu sửa cho chính đáng thân tâm, hành vi của chính mình.

Tâm của người phàm, không ai là không bị che chướng bởi tham lam, sân hận, si mê, khiến cho chân tâm, chánh niệm thì không thể hiển hiện, mà lời nói việc làm phần nhiều đều chạy theo tham chấp tài vật, mong cầu không ngừng, mở ra các cửa vào tội lỗi, chuyên làm những nghiệp ác, đọa vào các đường ác, thật đáng thương thay.

Cho nên đức Phật dạy chúng ta "phá trừ si mê, mở ra giác ngộ, lìa khổ được vui". Chỗ khởi làm của sự tu học chính là "tịnh thí". *Tịnh* là thanh tịnh, *thí* bố thí, là buông xả. Bố thí thanh tịnh là dùng tâm thanh tịnh, hết lòng cung kính mà tu tập bố thí. Trong Phật pháp Đại thừa gọi đây là "lìa hình tướng bố thí", chính là việc thí xả vô điều kiện, không cầu báo đáp.

Công đức của sự bố thí thanh tịnh có thể phá trừ tham lam, sân hận, si mê, có thể đoạn trừ hết thảy các điều ác, làm lợi lạc cho đại chúng. Đồng thời cũng chính nhờ vào việc tự mình có thể thực sự buông xả mà dứt trừ được mê chướng, thông đạt sáng tỏ cả lý tánh và sự tướng, thân tâm được tự tại. Do đó có thể biết rằng, "bố thí thanh tịnh" là tu hành chân chánh, mà "được an ổn" là nhờ tu sửa hành vi chân chánh mà đạt được lợi ích chân thật, đó cũng là quả báo.

"Không phạm vào lẽ đạo và giới cấm", lẽ đạo là nói về lý, giới cấm là nói về sự. Ý nghĩa câu này là: Người đệ tử Phật trong lòng phải luôn ghi nhớ, không thể trái nghịch những nguyên lý, nguyên tắc tu hành mà đức Phật đã truyền dạy.

Trong sự đối đãi với người, xử sự ở đời, không được phạm vào những giới cấm Phật đã chế định, như năm giới, [phải thực hành] mười điều lành v.v... làm một người hiền thiện, luôn hành xử dựa theo đạo lý.

Ý hướng của câu kinh này tương đồng với lời Khổng tử: "Ra sức thực hành thì gần với đức nhân."[1] Đây là chú trọng nơi sự thực hành.

Câu "giữ gìn trai giới kiên trì không chán" là nói công phu tu tập. Giữ tâm thanh tịnh gọi là trai giới. Đức Phật thường dạy chúng ta phải học cách giữ gìn sáu căn thanh tịnh, dù một chút bụi trần cũng không nhiễm. Đó chính là muốn chúng ta phải "tu tâm thanh tịnh". Trong tâm thanh tịnh vốn sẵn đủ vô lượng phước đức và trí tuệ. Nhưng tâm của chúng ta hiện nay không được thanh tịnh, thực tế là do tập khí, vọng tưởng quá nhiều, khiến chưa thể chứng đắc. Đây là điều hết sức đáng hổ thẹn của chúng ta.

Trong đạo Phật chúng ta phải học giới luật. Giới là ý nghĩa ngăn cấm, dừng lại. Dừng lại hết thảy các vọng niệm, tập khí, phiền não, khôi phục sự thanh tịnh lợi ích vốn có trong tâm chúng ta. Cho nên, hai chữ "trai giới" cũng chính là pháp môn tu hành cụ thể hữu hiệu để "sám hối tiêu trừ nghiệp chướng", để "hàng phục tự tâm". Trừ hết được nghiệp chướng, tâm đạt được sự bình đẳng tuyệt đối, hoàn toàn thanh tịnh, từ bi thì gọi là thành Phật.

Do vậy, pháp tu "giữ gìn trai giới" không thể tính theo ngày giờ, nhất định phải có sự kiên trì không mỏi mệt, không chán nản, giữ gìn thường xuyên mới thực sự là tinh tấn, công phu tu tập mới có thể thành tựu trọn vẹn đầy đủ. Không chán nản cũng chính là ý nói không thối chuyển. Không thối chuyển là bậc đại dũng mãnh. Khổng tử nói:

---

[1] Khổng tử nói: "Lực hành cận hồ nhân – 力行近乎仁."

"Biết hổ thẹn thì gần với đức dũng."¹ Pháp tu trọn vẹn như vậy chỉ những người thấu hiểu thông suốt được cả sự tướng và lý tánh mới có thể làm được.

Câu "trong lòng thường vui thích" là nói công đức được trọn vẹn đầy đủ, tràn đầy niềm vui trong Chánh pháp. Lợi ích chân thật như vậy chẳng phải vui lắm sao?

Y theo ý nghĩa và phương pháp được nêu ra trong đoạn kinh này mà tu sửa chính đáng mọi hành vi, thân tâm của chúng ta thì đời sống nhất định được mỹ mãn, hạnh phúc, vui thích, sau đó mới có thể nhận hiểu được ý nghĩa của đời sống, ý nghĩa của sự sống.

Về ý thứ hai của đoạn kinh này nêu cương lĩnh đại lược của sự tu học, chỉ giới thiệu đến đây.

2.3. Hiện thời u mê tăm tối [nhờ học Phật] về sau chắc chắn sẽ đạt đạo

[Kinh văn nói:] Thường được chư thiên và các vị thiện thần theo bảo vệ, giúp đỡ, mong muốn điều gì cũng được như ý, trăm việc đều tăng tiến bội phần, lại được hàng trời, rồng, quỷ thần, mọi người đều cung kính, về sau ắt sẽ đạt đạo.

Ý thứ ba của đoạn này nói về sự lợi ích của việc học hỏi tu tập theo đúng pháp. Một người đệ tử Phật có thái độ học hỏi tu tập tốt đẹp đầy đủ tất nhiên thường được chư thiên ở hai mươi tám tầng trời trong Ba cõi, các vị thiên thần, thiện thần đều tôn kính, theo giúp đỡ, bảo vệ.

"Mong muốn điều gì cũng được như ý", chính là nói những điều trong lòng mong muốn, việc làm hướng đến, bất kể là làm việc gì cũng được như ý nguyện, không gặp chướng ngại.

---

¹ Khổng tử nói: "Tri sỉ cận hồ dũng – 知恥近乎勇."

"Trăm việc đều tăng tiến bội phần" là nói hết thảy mọi công việc thảy đều có sự tiến triển trong từng ngày, từng tháng.

"Được hàng trời, rồng, quỷ thần, mọi người đều cung kính." Câu này ý nói hết thảy các vị Tứ vương thiên, tám bộ quỷ thần hộ pháp đều kính trọng, bảo vệ người [tu hành đúng pháp] này, đồng thời cũng được đại chúng trong hiện tại và tương lai đều kính ngưỡng học hỏi làm theo.

Phần trên là nói những sự lợi ích trong hiện tại.

Câu "về sau ắt sẽ đạt đạo" là nói quả báo rốt ráo về sau. Nói "đạt đạo" cũng tức là thành Phật. Người này thành tựu trọn vẹn đầy đủ trí tuệ, đức hạnh, năng lực, từ bi.

[Kinh văn:] *"Những thiện nam, thiện nữ như vậy là đệ tử chân chánh của Phật."*

Phật dạy rằng, như trên đã nói, những thiện nam, thiện nữ nào thờ Phật, học Phật theo đúng lý, đúng pháp như vậy mới đúng là đệ tử chân chánh của Phật.

Phần trên đã giảng qua là một đoạn kinh văn ghi lời đáp của đức Phật đối với câu hỏi thứ nhất của Tôn giả A-nan: "Thờ Phật, học Phật được [quả báo] giàu sang phú quý, mọi việc đều như ý."

Trong phần trước, tôi có nói rằng Tôn giả A-nan nêu ra hai vấn đề. Thứ nhất, học Phật được [quả báo] giàu sang phú quý, mọi việc đều như ý. Thứ hai, [lại có người] sau khi học Phật rồi thì kết quả là mất đi sự giàu sang phú quý, địa vị vốn có trước đó, hết thảy mọi việc đều không được như ý.

Cùng là thờ Phật, học Phật, vì sao quả báo cuối cùng lại không giống nhau? Phạm vi ý nghĩa học Phật được quả báo tốt lành thì đoạn trên đã giảng giải qua. Kể từ phần này, đức Phật vì chúng ta tiếp tục giải thích những nguyên nhân dẫn đến việc học Phật không đạt được kết quả tốt lành. Tôi nghĩ, tất nhiên là mọi người đối với vấn đề này đều có sự quan tâm. Trong kinh này, đức Phật giải thích những nguyên nhân dẫn đến quả báo không tốt, gồm năm ý chính.

3. Đức Phật giảng về những trường hợp học Phật gặp quả báo không tốt

Phần này có năm ý chính: Thứ nhất, không gặp bậc minh sư, việc theo học, thọ giới cũng đều như không. Thứ hai, mê muội phạm giới, thiếu sự cung kính, thường ganh ghét mắng chửi. Thứ ba, không giữ trai giới, giết hại vật mạng, làm ô uế kinh điển. Thứ tư, tà vạy tin theo đồng cốt, yêu ma, quỷ ác, dẫn đến suy hao. Thứ năm, sau khi chết rồi nhận chịu quả báo xấu ác, luân chuyển trong ba đường ác.

3.1. Không gặp bậc minh sư, việc theo học, thọ giới cũng đều như không

Kinh văn

有人事佛，不值善師，不見經教，受戒而已。

Hữu nhân sự Phật, bất trực thiện sư, bất kiến kinh giáo, thọ giới nhi dĩ.

Dịch nghĩa

Có người học Phật không gặp bậc thầy giỏi, không đọc qua kinh điển giáo pháp, chỉ duy có việc thọ giới mà thôi.

Câu kinh trên đây đoạn thứ nhất của phần này.

"Có người học Phật, không gặp bậc thầy giỏi." Đây là nguyên nhân đầu tiên của việc học Phật không đúng pháp, chính là vì không gặp được vị thầy tốt. Kinh Lăng Nghiêm nói rằng: "Hết thảy chúng sinh vào đời mạt pháp, ngày càng xa Phật, bọn thầy tà thuyết pháp nhiều như cát sông Hằng." Lại cũng nói rằng: "Trong đời mạt pháp, tà ma yêu quái đầy dẫy khắp thế gian, rộng làm những việc tham dâm, giết hại vật mạng, ăn thịt chúng sinh, dối lừa che giấu, nhưng đều tự xưng là thiện tri thức, đều tự cho rằng mình đã chứng đắc thánh quả, lừa dối gạt gẫm người không biết, đe dọa khiến người kinh sợ hốt hoảng. Bọn chúng đi qua nơi nào đều khiến người khác phải tan nhà nát cửa."

Đức Phật cũng phải ngậm ngùi than rằng: "Sao bọn gian tặc ấy lại giả dạng mặc y phục giống ta, mua rẻ bán đắt [giáo pháp] Như Lai, tạo ra đủ loại nghiệp ác mà đều nói đó là Phật pháp? Đã không phải tỳ-kheo xuất gia thọ đủ giới luật, theo đạo nhỏ hẹp, lại làm cho vô số chúng sinh rơi vào chỗ nghi ngại sai lầm, phải đọa địa ngục Vô gián."

Do đó có thể biết rằng, người học Phật nếu không gặp được bậc thầy tốt thì làm sao xây dựng học vấn và phẩm hạnh? Đặc biệt đối với những người mới học, điều quan trọng khẩn thiết nhất không gì hơn là được gần gũi bậc thầy giỏi.

"Không đọc qua kinh điển giáo pháp" là ý nói không hiểu được nghĩa kinh. Ví như mỗi ngày đều tụng đọc kinh điển, nhưng không hiểu được ý nghĩa chân thật của Như Lai thuyết dạy, như vậy cũng chẳng khác gì không đọc qua kinh điển giáo pháp.

Hiểu được nghĩa kinh cũng giống như biết được con

đường, thọ trì giới luật cũng giống như bước đi trên đường. Nếu như không biết đường, thử hỏi cuối cùng làm sao có thể bước chân đi?

"Chỉ duy có việc thọ giới mà thôi" là ý nói chỉ có hình thức bên ngoài như Tam quy, Ngũ giới, giới luật tại gia, giới luật xuất gia. Tuy đã thọ giới nhưng đối với lễ nghi của giới, phép tắc của giới, phẩm hạnh của giới, sự tướng của giới, những ý nghĩa như "khai, giá, trì, phạm" hết thảy đều không hề biết đến, vậy biết khởi sự từ đâu mà tu hành chứng quả?

3.2. Mê muội phạm giới, thiếu sự cung kính, thường ganh ghét mắng chửi

Kinh văn

示有戒名，憒塞不信，違犯戒律，乍信乍不信，心意猶豫。亦無經像恭恪之心，既不燒香、然燈、禮拜，恒懷狐疑。瞋恚罵詈，惡口嫉賢。

> *Kỳ hữu giới danh, hội tắc bất tín, vi phạm giới luật, sạ tín sạ bất tín, tâm ý do dự. Diệc vô kinh tượng cung khác chi tâm, ký bất thiêu hương, nhiên đăng, lễ bái, hằng hoài hồ nghi, sân khuể mạ lị, ác khẩu tật hiền.*

Dịch nghĩa

Bề ngoài có danh xưng thọ giới nhưng mê muội bế tắc không tin nên thường phạm vào giới luật, lúc tin lúc ngờ, tâm ý do dự không quyết. Lại không có lòng cung kính đối với kinh điển, hình tượng, đã không thắp đèn, đốt hương, lễ bái, lại thường ôm lòng hoài nghi, sân hận, chửi bới, nói lời độc ác, ganh ghét người hiền.

Đoạn kinh văn này là giảng về nguyên nhân thứ hai [dẫn đến việc thờ Phật, học Phật] không được quả báo tốt lành.

Từ câu "bề ngoài có danh xưng thọ giới..." cho đến câu "tâm ý do dự không quyết" là nói [những kẻ] tuy có danh xưng là thọ giới nhưng khuyết thiếu không có thực chất của sự thọ giới. Đó là danh xưng với thực chất không phù hợp nhau. Vì sao mà nói như vậy? Là vì những kẻ ấy "mê muội không tin". Kinh dùng chữ "hội" (憒) nghĩa là "hôn hội" (昏憒), mê muội tối tăm, tự mình tối tăm mơ hồ, không thể giác ngộ. Lại dùng chữ "tắc" (塞) là bế tắc, không thông suốt được. Đối với những lời răn dạy chỉ bảo của thầy của bạn không thể hiểu được, không thể sáng tỏ, thậm chí không thể nghe lọt vào tai, làm sao có thể sinh khởi tín tâm?

Chỉ khi có tín tâm mới có thể thành tựu được công đức, sự nghiệp tu tập. Không có tín tâm thì không thành tựu được gì cả. Do vậy nên người này trong chỗ suy nghĩ, hành vi đều thường "phạm vào giới luật", mà đối với những lý luận tinh túy thâm sâu rộng lớn của Phật pháp, hoặc những ý nghĩa nhân quả báo ứng, đặc biệt là những nguyên lý, nguyên tắc đối đãi với người, hành xử ở đời theo lời Phật dạy, tức là giới luật, thì thái độ của họ là "lúc tin lúc ngờ". Có lúc cho rằng ý nghĩa những lời Phật dạy nói chung không sai, nhưng lại có lúc "tâm ý do dự" không muốn tiếp nhận, không dám tiếp nhận. Điều này hiển nhiên là hậu quả tất yếu của việc không hiểu được ý nghĩa trong lời Phật dạy. Nếu như không hiểu rõ được ý nghĩa, không biết phương pháp tu hành, từ chỗ mê muội tối tăm mà vâng làm theo, đó chính là kẻ tu hành mù quáng, kết quả hoàn toàn chỉ là luống công vô ích.

"Lại không có lòng cung kính đối với kinh điển, hình tượng", ý nói không chút tôn trọng cung kính đối với kinh điển thánh học cho đến hình tượng chư Phật. Đây là biểu hiện của sự khinh mạn xem thường, không quý trọng giáo pháp.

Trong việc thắp đèn, đốt hương, lễ bái, thời khóa sớm tối tụng niệm, cũng không thể vâng làm theo đúng phép tắc, không thể y theo lời Phật dạy.

Việc tu học tất nhiên không thể bỏ qua hình thức, nhưng quan trọng thiết yếu nhất chính là sự hành trì trong tâm ý. Hương, đèn là để giúp người thắp lên trong tự tâm mình những sự thành tín, trí tuệ, quang minh; lễ bái là dạy chúng ta biết kính trọng đối với con người, đối với sự vật, hết thảy đều cung kính. Cho nên, kính trọng người khác thì người khác thường kính trọng ta, thương yêu người khác thì người khác thường thương yêu ta. Nếu như không thể giữ lòng tốt mà hành xử, tu sửa chính đính hành vi ý nghĩ, thì cho dù ngày ngày đều thắp đèn, đốt hương, lễ bái, cũng chẳng khác gì kẻ không thắp đèn, không đốt hương, không lễ bái.

Do không nhận hiểu sáng tỏ được sự lý nên mới "thường ôm lòng hoài nghi". Thường ngày đối với những tập khí xấu xa như sân hận, mắng chửi, nói lời độc ác... không thể dứt trừ, không thể sửa đổi. Người xưa thường nói: "Dao sắc cắt da dễ lành sẹo, lời độc hại người hận khó phai." Những sự ganh ghét đối với người hiền, đối với những việc lành... đều là những điều người tu hành không nên mắc phải, nếu như vẫn phạm vào thì làm sao có được quả báo tốt lành?

3.3. Không giữ trai giới, giết hại vật mạng, làm ô uế kinh điển

Kinh văn

又不六齋，殺生趣手。不敬佛經，持著弊篋、衣服不淨之中；或著妻子床上不淨之處；或持掛壁，無有座席恭敬之心，與世間凡書無異。

> *Hựu bất lục trai, sát sinh thú thủ. Bất kính Phật kinh, trì trước tế khiếp y phục bất tịnh chi trung; hoặc trước thê tử sàng thượng bất tịnh chi xứ; hoặc trì quải bích, vô hữu tòa tịch cung kính chi tâm, dữ thế gian phàm thư vô dị.*

Dịch nghĩa

Lại không trai giới sáu ngày, tự tay giết hại chúng sinh. Không tôn kính kinh Phật, đặt trong rương đựng quần áo dơ nhớp, hoặc để nơi giường nằm ô uế của vợ con, hoặc treo trên vách tường, không có lòng cung kính đặt nơi trang nghiêm trân trọng, xem không khác gì những sách vở tầm thường của thế gian.

Đoạn kinh văn này là giảng về nguyên nhân thứ ba [dẫn đến việc thờ Phật, học Phật] không được quả báo tốt lành.

Người đệ tử Phật, điều khẩn thiết nhất là phải tu tập tâm bình đẳng, thanh tịnh, từ bi. Nếu như không thể mỗi ngày tu học thì ít nhất mỗi tháng cũng nên tu học sáu ngày. Sáu ngày trai giới là theo âm lịch ngày xưa gồm các ngày mồng 8, 14, 15, 23, 29 và 30. Những ngày này nên tu tập trai giới, nuôi dưỡng bồi đắp tâm địa thanh tịnh sáng suốt, thực hành công phu tu tâm dưỡng tánh.

Ngày nay, xã hội nông nghiệp chuyển sang thành xã hội công nghiệp, thời đại quân chủ chuyển sang thành thời đại dân chủ, các hình thái ý thức, phương thức sinh hoạt thường xuyên thay đổi, nên đối với sự tu dưỡng thân tâm mỗi tuần lễ nên có một hai ngày công phu tu tập trai giới, trong thực tế rất hữu ích, giúp cho tâm lý tinh thần lành mạnh khỏe khoắn, tăng thêm tuổi thọ, phước tuệ tăng trưởng.

"Tự tay giết hại chúng sinh" là chỉ việc do từ các phiền não tham muốn, sân hận, ngu si mà khởi tâm động niệm, tự mình xuống tay giết hại chúng sinh. Đây là điều Phật dạy phải tuyệt đối ngăn dừng, vì phải gánh chịu tội báo hết sức nặng nề, hủy hoại nghiêm trọng hết thảy tâm niệm từ bi và thanh tịnh.

Phàm là người có tri thức, không ai không quý trọng sách vở, thậm chí xem sách vở là đáng quý hơn tất cả. Người đệ tử Phật tôn kính quý trọng Pháp bảo – kinh Phật – còn hơn cả sinh mạng của mình, bởi vì kinh Phật là chỗ nương theo, dựa vào để học Phật, để ấn chứng chỗ thấy biết của mình, là chuẩn mực, phép tắc để tu chính mọi hành vi. "Không tôn kính kinh Phật" chính là không học Phật, cũng giống như kẻ không biết quý trọng sách vở thì không phải người trí thức. Đem kinh Phật vất bừa bãi trong rương hòm hư hỏng, hoặc để chung với quần áo dơ bẩn, cho nên nói "hoặc để nơi giường nằm ô uế của vợ con, hoặc treo trên vách tường", đó là "không có lòng cung kính đặt nơi trang nghiêm trân trọng".

Trong câu kinh này dùng hai chữ "tòa tịch" (座席) (chỗ ngồi) là cách nói tỷ dụ, như khi có khách đến nhà, chủ nhà ắt phải đặt ghế mời ngồi để tỏ ý kính trọng. Chúng ta đối với kinh Phật cũng phải có nơi cất chứa chuyên biệt, tủ kệ trưng bày chuyên biệt. Đó chính là "tòa tịch" của kinh điển để tỏ ý cung kính tôn trọng Pháp bảo. Không có kệ để kinh, nơi chứa kinh, đem kinh điển để chung với các loại sách vở thế gian, tùy tiện vất bừa, đó là biểu hiện không xem trọng sự học đạo, tu chứng. Người học Phật mà không tôn trọng kinh sách thì còn nói gì đến chuyện thành tựu?

3.4. Tà vạy tin theo đồng cốt, yêu ma, quỷ ác dẫn đến suy hao

Kinh văn

若疾病者，狐疑不信，便呼巫師，卜問解奏，祠祀邪神，天神離遠，不得善護，妖魅日進，惡鬼屯門，令之衰耗，所向不諧。或從宿行惡道中來，現世罪人也，非佛弟子。

Nhược tật bệnh giả, hồ nghi bất tín, tiện hô vu sư bốc vấn giải tấu, từ tự tà thần, thiên thần ly viễn, bất đắc thiện hộ. Yêu mị nhật tấn, ác quỷ đồn môn, linh chi suy hao, sở hướng bất hài, hoặc tùng túc hành ác đạo trung lai, hiện thế tội nhân dã, phi Phật đệ tử.

Dịch nghĩa

Nếu như người có bệnh tật, trong lòng hoài nghi không

tin [Phật pháp], liền cầu khẩn thầy đồng cốt, bói toán, dâng tấu sớ giải trừ, cúng tế thần tà, khiến chư thiên thần đều xa lánh, không còn được bảo vệ giúp đỡ. Tà ma yêu mị ngày một nhiều hơn, quỷ ác tụ tập trước cửa nhà khiến cho suy tổn hao hụt, những chỗ mong cầu đều không thỏa ý, hoặc do đã từng tạo nghiệp sinh trong đường ác, hiện nay làm người gây tội, không phải đệ tử Phật.

Đoạn kinh văn này là đức Phật giảng về nguyên nhân thứ tư [dẫn đến việc] thờ Phật, học Phật không được quả báo tốt lành.

Sách Luận ngữ chép rằng: "Đức Khổng tử thận trọng trong những việc trai giới, chiến tranh và bệnh tật."[1] Bệnh tật là điều trong đời người không thể tránh khỏi. Tông chỉ của Phật pháp [đối với việc này] là phá trừ mê tín, khai mở trí tuệ hiểu biết đúng đắn. Nếu gặp khi bệnh tật, nên hết lòng điều trị nghỉ dưỡng, hợp tác tích cực với y sĩ, như vậy mới mong sớm ngày bình phục.

Nếu có thể với lòng tin thanh tịnh niệm hồng danh chư Phật, Bồ Tát, sẽ có sức gia trì không thể nghĩ bàn. Điều này thuộc về sức mạnh tâm lý, có sự y cứ hết sức sâu xa trong học thuật, không phải mê tín.

Do không tin vào lời Phật dạy, lại tin vào quỷ thần nên "liền cầu khẩn thầy đồng cốt". Bọn đồng cốt là những kẻ thường giao du qua lại với quỷ thần, đàn ông gọi là ông đồng, đàn bà gọi là bà cốt. Bọn họ đến trị bệnh thường gieo quẻ bói toán, hoặc bày chuyện dâng sớ lên quỷ thần cầu giải oan trừ nạn.

---

[1] Luận ngữ, chương Thuật nhi, tiết thứ 12: "子之所慎：齋，戰，疾。- Tử chi sở thận: trai, chiến, tật."

"Cúng tế thần tà" là nói người đời khi khấn vái điều gì, được như ý nguyện rồi thì cúng tế trả lễ chỗ này chỗ kia. Thật không nên cúng tế quỷ thần. Khổng tử cũng từng nói rằng: "Không phải tổ tiên của mình mà cúng tế, đó là nịnh bợ." Có thể thấy nhận thức của bậc thánh triết với bậc đại trí đều tương đồng. Thái độ của hàng đệ tử Phật đối với quỷ thần [cũng là] nên "cung kính mà tránh xa".[1]

Vào đầu triều Thanh, tiên sinh Chu An Sĩ mỗi khi đi ngang qua các miếu thờ thần đều có lời nguyện rằng: "Xin nguyện tôn thần phát tâm xuất thế, không nhận [sự cúng tế] máu thịt của chúng sinh, một lòng thường niệm Phật A-di-đà cầu sinh Tịnh độ, sớm thành Phật đạo rộng độ chúng sinh." Đó chính là vì quỷ thần thuyết pháp, người học Phật nên học theo như vậy.

Nếu như mê tín tin theo quỷ thần tà vạy, thường xuyên tiếp cận, tự nhiên liền xa cách với chư thiên, thiện thần, không có phúc lành được các vị bảo vệ giúp đỡ. Nếu nhận [quỷ thần] thay mặt cho mình thì tất nhiên "tà ma yêu mị ngày một nhiều hơn, quỷ ác tụ tập trước cửa nhà".

Sách Tả truyện nói: "Người bỏ mất đạo thường tất yêu ma hưng thịnh." Đạo thường là chỉ ngũ thường: nhân, nghĩa, lễ, trí, tín. Ngũ thường, bát đức[2] là nhân cách căn bản của người Trung quốc. Người bỏ mất ngũ thường, bát đức thì tự nhiên chỗ thấy biết, suy nghĩ, việc làm đều giao cảm với sự tà vạy, xấu ác, kết quả tất nhiên là "khiến cho suy tổn hao hụt, những chỗ mong cầu đều không thỏa ý".

---

[1] Đây là lời của đức Khổng tử, cho nên nói nhận thức của bậc thánh triết (Khổng tử) với bậc đại trí (Phật) đều tương đồng. Luận ngữ, chương Ung dã, tiết thứ 20, đức Khổng tử nói: "敬鬼神而遠之，可謂知矣。 - (Kính quỷ thần nhi viễn chi, khả vị trí hĩ. - Cung kính quỷ thần mà tránh xa, có thể gọi là bậc trí.)

[2] Bát đức là tám phẩm hạnh tốt đẹp bao gồm: Trung, hiếu, nhân, ái, tín, nghĩa, hòa, bình.

Những người như vậy, do đâu mà không tin lời Phật, không làm theo chỗ được răn dạy? Đức Phật giải thích rằng: "Hoặc do đã từng tạo nghiệp sinh trong đường ác." "Đã từng tạo nghiệp" là nói những đời quá khứ, ý nói những người như vậy hoặc là do từng sinh trong các đường ác, nay chuyển sinh vào cõi người, do đó vẫn còn mang theo những tà kiến, thói xấu từ đời trước. Đây chính là nói: "Gần mực thì đen, gần đèn thì sáng." Tập khí xấu ác phải nỗ lực trì giới để trừ bỏ, thói quen tốt đẹp phải nuôi dưỡng bồi đắp. Mối quan hệ giữa mê và ngộ với những quả báo khổ hoặc vui không thể không lưu ý.

"Hiện nay làm người gây tội" là nói những người như thế cho dù hiện nay đã thọ Tam quy, Ngũ giới, hoặc đã xuất gia, nhưng do vẫn còn tà kiến, thói xấu từ đời trước nên thường làm nhiều việc xấu ác, chính là người hiện nay gây tội. Người này tuy được gọi là học Phật, nhưng tên gọi với thực chất chẳng phù hợp nhau, nên "không phải đệ tử Phật". Đức Phật không chấp nhận những người [có hành vi sai trái] này là đệ tử của ngài.

Trên đây đã trình bày bốn nguyên nhân [dẫn đến việc học Phật không được quả báo tốt lành], có thể thấy cả bốn nguyên nhân này đều là không chân chánh học Phật, do đó mà quả báo hiện tiền phải chịu suy tổn hao hụt, mọi việc đều không như ý. Quả báo trong đời sau ắt còn đáng sợ hơn nữa.

3.5. Sau khi chết rồi nhận chịu quả báo xấu ác, luân chuyển trong ba đường ác

Kinh văn

死當入 泥犁中被拷掠治。由其罪故，現自衰耗，後復受殃，死趣惡道，展轉受痛，酷不可言，皆由積惡其行不善。

Tử đương nhập nê-lê trung bị khảo lược trị. Do kỳ tội cố, hiện tự suy hao, hậu phục thụ ương, tử thú ác đạo, triển chuyển thụ thống, khốc bất khả ngôn; giai do tích ác, kì hành bất thiện.

Dịch nghĩa

Sau khi chết ắt đọa vào địa ngục bị đánh đập tra khảo. Do tội đã làm nên hiện đời chịu suy tổn hao hụt, về sau phải chịu tai ương, chết rồi đọa vào đường ác, lần lượt chịu những đớn đau khốc liệt không thể nói hết. Hết thảy đều do tích lũy việc ác, làm điều bất thiện.

Đoạn kinh văn này là đức Phật vì chúng ta nói rõ sự báo ứng của những kẻ tu học không đúng Chánh pháp vì mê tín, mù quáng.

Những lý lẽ cũng như sự thật về nhân quả báo ứng ba đời, trong kinh Phật giảng nói hết sức thấu triệt, rất đáng cho chúng ta đi sâu nghiên cứu thảo luận để thấu triệt cùng tận chân tướng của nhân sinh vũ trụ. Những nghiệp nhân đã tạo trong đời này, qua đời sau khi nhân duyên hội đủ nhất định sẽ phải lãnh chịu quả báo, đích thực là không mảy may sai lệch.

Như phần trước đã nói, những kẻ mang tri kiến tà vạy, mê tín quỷ thần, giả danh đệ tử Phật, không chỉ là phải chịu quả báo xấu ác ngay trong hiện tại, mà sau khi chịu quả báo ấy rồi, chết đi còn không tránh khỏi chịu quả báo khổ đau trong địa ngục. Đó đều là do những nghiệp xấu đã tạo trong lúc còn sống. Tạo tội là do mê muội chồng thêm mê muội, dẫn dắt người khác đi vào mê tín.

Cho nên Phật dạy rằng: "Hiện đời chịu suy tổn hao hụt, về sau phải chịu tai ương, chết rồi đọa vào đường ác, lần lượt chịu những đớn đau khốc liệt không thể nói hết." Trọn câu này là nói về những quả báo khổ đau trong hiện tại cũng như tương lai, quả thật là đớn đau khốc liệt không thể nói hết. Truy cứu nguyên do của vấn đề thì "hết thảy đều do tích lũy việc ác, làm điều bất thiện".

Chúng ta đọc qua đoạn kinh văn này rồi, quán xét nghĩa lý, tự xét kỹ thân và tâm mình, quả thực đúng là "điều ác không được tích lũy, việc bất thiện không được làm".

Phần tiếp theo, tôi sẽ giảng giải với quý vị một đoạn kinh văn mà đức Thế Tôn đặc biệt khai mở con đường cho người học Phật chúng ta, nhất định phải phá trừ sự mê tín và bám chấp.

4. Đức Phật giảng dạy phá trừ mê chấp

Phần này có hai ý chính. Thứ nhất là nói kẻ ngu chuốc lấy sự oán hận. Thứ hai là giảng rõ phân biệt thiện, ác.

4.1. Kẻ ngu chuốc sự oán hận

4.1.1. Không thông đạt nên oán trách

Kinh văn

愚人盲盲，不思宿行因緣所之，精神報應，根本從來，謂言事佛致是衰耗。不止前世宿祚無功，怨憎天地，責聖咎天，世人迷惑，不達乃爾。

Ngu nhân manh manh, bất tư túc hành nhân duyên sở chi, tinh thần báo ứng, căn bản tùng lai, vị ngôn sự Phật trí thị suy hao, bất chỉ tiền thế túc tộ vô công, oán tắng thiên địa, trách thánh cữu thiên. Thế nhân mê hoặc, bất đạt nãi nhĩ.

Dịch nghĩa

Kẻ ngu si mù quáng, không suy xét đến những nhân duyên đã làm đời trước dẫn đến báo ứng trong đời này, lại nói rằng do thờ Phật, học Phật nên bị suy tổn hao hụt, không những là đời trước không chút phước lành mà giờ đây còn oán trời hận đất, trách cứ hiền thánh, đổ lỗi trời cao. Người đời mê lầm, vì không thông đạt nên mới như thế.

Đoạn này nói về kẻ ngu si chuốc lấy sự oán hận. Phần kinh văn này có hai ý chính, đây là ý thứ nhất, nói rõ tội lỗi của kẻ ngu si vì không hiểu rõ được chân tướng, lý lẽ nên oán trời trách người.

"Kẻ ngu si", trong Phật pháp giảng rõ năm ý nghĩa. Thứ nhất là mê lầm chìm trong năm món dục lạc. Thứ hai là nhận thức đúng sai điên đảo. Thứ ba là ưa thích điều xấu ác, ghét điều thiện lành. Thứ tư là nghe đạo không hiểu.

Thứ năm là vừa từ trong đường ác thoát ra.

Gọi chung là "kẻ ngu si", đều bởi tập khí xấu ác còn chưa dứt trừ. Trong lòng tối tăm mê muội, không có sự thấy biết chân chánh nên nói là "mù quáng".

"Nhân duyên đã làm đời trước", là nói những nghiệp nhân đã tạo trong đời quá khứ, như [câu chuyện sau đây] trong kinh Phật:

"Khi Phật thuyết pháp tại Tinh xá Kỳ Viên, có 60 vị Bồ Tát vừa mới phát tâm cùng tìm đến chỗ Phật, lễ lạy năm vóc sát đất,[1] buồn khóc như mưa, tất cả đều thưa hỏi về nghiệp duyên đời trước.

"Phật dạy: 'Các ông vào thời đức Phật Câu-lưu-tôn đều xuất gia học đạo, nhưng đạo tâm suy giảm mất. Thuở bấy giờ có người thí chủ giàu lòng tin, cúng dường hai vị pháp sư hết sức kính ngưỡng. Lúc ấy các ông sinh tâm ganh ghét liền đến chỗ người thí chủ kia nói những lỗi lầm của hai vị pháp sư, khiến người ấy dần dần sinh tâm khinh chê [pháp sư], dứt mất căn lành. Do nhân duyên ấy, [các ông đã] đọa vào trong bốn loại địa ngục, khoảng ngàn vạn năm, sau đó mới được sinh làm người nhưng trong 500 kiếp đều làm kẻ đui mù, ngu si không trí tuệ, thường bị người khác khinh bỉ. Các ông trong tương lai, sau khi chết rồi, trong 500 năm nữa, lúc Chánh pháp diệt mất, còn phải sinh làm người xấu ác ở cõi nước xấu ác, thân phận hèn kém bị người khác phỉ báng, mê lầm đánh mất bản tâm. Trải qua 500 năm, dứt trừ được hết tất cả nghiệp chướng rồi mới được sinh về cõi nước của đức Phật A-di-đà.'"

Chúng ta đọc qua đoạn kinh văn này, biết rằng quả báo

---

[1] Lễ lạy năm vóc sát đất: tư thế để bày tỏ lòng tôn kính tuyệt đối, khi lạy xuống thì hai tay (khuỷu tay), hai chân (đầu gối) và đầu (trán) đều áp sát xuống đất.

của hành vi thật đáng sợ như vậy, dám đâu không thận trọng! Người học Phật nhất định phải tin lời Phật là chân thật không dối lừa, phải tin vào nhân quả báo ứng ba đời.

Đoạn kinh văn này nói rằng kẻ ngu si trong tâm không có sự hiểu biết chân chánh, mắt nhìn cũng không chân chánh. Mắt nhìn tâm nghĩ đều là mù quáng, không phân biệt được đúng sai, tà chánh, không biết đến điều thiện ác, lợi hại, đương nhiên người ấy không thể tự suy xét lại nhân duyên đã làm đời trước dẫn đến kết quả đời này.

Đức Phật dạy:

"Muốn biết nhân đời trước,
Xem kết quả đời này.
Muốn biết quả đời sau,
Xem việc làm hiện tại."

Mọi sự báo ứng đều có căn do nguồn gốc, nghĩa là đều có nguyên nhân. Thực sự hiểu biết sáng tỏ được ý nghĩa này, vì sao không học theo: "Làm người tốt, tâm chân chánh, thân an ổn, đêm ngon giấc; làm việc lành, trời đất chứng giám, quỷ thần kính."

Trước mắt gặp quả báo mọi việc đều không như ý muốn, không hiểu được nhân duyên đúng thật, lại cho đó là "thờ Phật học Phật nên bị suy tổn hao hụt". Không biết là do "đời trước không chút phước lành", nghĩa là đời trước không hề tu phước, đời này làm sao có được phước báo? Hiện tại còn không biết dừng việc ác, tu tạo việc lành, ngược lại còn "oán trời hận đất, trách cứ hiền thánh, đổ lỗi trời cao", oán trách trời cao không có mắt, chư Phật, Bồ Tát chẳng linh thiêng, không công bằng với mình, không có khả năng che chở giúp đỡ cho mình được vạn sự như ý.

"Người đời mê lầm, không hiểu biết thấu đáo nên mới như thế." Đây là nói đến hạng người mê hoặc điên đảo như vậy, không thông đạt, không nhận hiểu thông suốt sự lý, nên mới có những suy nghĩ hành vi không hợp tình hợp lý như thế. Thật đáng thương xót thay!

4.1.2. Không thông đạt nên tự trói buộc

Kinh văn

不達之人，心懷不定，而不堅固，進退失理，違負佛恩而無返覆，遂為三塗所見綴縛，自作禍福。罪識之緣，種之得本，不可不慎。

Bất đạt chi nhân, tâm hoài bất định, nhi bất kiên cố, tấn thối thất lý, vi phụ Phật ân, nhi vô phản phúc, toại vi tam đồ sở kiến chuyết phược, tự tác họa phúc; tội thức chi duyên, chủng chi đắc bản, bất khả bất thận.

Dịch nghĩa

Người không thông đạt thì trong tâm lúc nào cũng không quyết định, không vững chắc, tới lui đều không đúng lẽ, cô phụ ơn Phật, mê chấp không tự phản tỉnh, liền bị những kiến chấp sai lầm trong ba đường ác trói chặt lấy, tự mình tạo ra những điều họa phúc. Do nhân duyên nghiệp tội đã tạo mà nhận chịu quả báo, không thể không thận trọng.

Đây là ý thứ hai của phần này, nói rõ nhân duyên của sự không thông đạt chân tướng sự lý và nguyên lý tự làm tự chịu.

Phật dạy: "Người không thông đạt thì trong tâm lúc nào cũng không an định, cũng không vững chắc." Do đó có thể biết rằng, chúng ta học Phật thì điều quan trọng thiết yếu nhất là phải hiểu rõ ý nghĩa trong kinh Phật, chính là "nguyện hiểu nghĩa chân thật của Như Lai". Ý nghĩa trong kinh điển không hiểu rõ, tâm ý tất nhiên có sự hoài nghi không quyết định, cũng hoàn toàn không thể sinh khởi được lòng tin thanh tịnh, vững chắc. Mọi suy nghĩ và hành vi do đó tất nhiên là không đúng Chánh pháp, dẫn đến "tới lui đều không đúng lẽ, cô phụ ơn Phật".

Thân mạng này của chúng ta có được nhờ cha mẹ, nhưng tuệ mạng có được là nhờ vị thầy dạy. Cho nên, vị thầy chính là cha mẹ sinh ra tuệ mạng của ta. Đức Phật là vị thầy căn bản nhất, là vị bổn sư của chúng ta, ân đức sâu dày hơn cả cha mẹ sinh ra thân ta. Đệ tử Phật mà không hiểu rõ kinh điển, giáo pháp, không làm theo đúng Chánh pháp, trái nghịch lời Phật răn dạy, đó là hết sức cô phụ ân đức của Phật. Nhưng nếu biết kịp thời quay lại vẫn còn chưa muộn. Cho nên nói: "Biển khổ mênh mông, quay đầu là bờ."

Chỉ đáng tiếc rằng những kẻ không thông đạt lý lẽ thì luôn "mê chấp không tự phản tỉnh, liền bị những kiến chấp sai lầm trong ba đường ác trói chặt lấy, tự mình tạo ra những điều họa phúc". Trong kinh nói "vô phản phúc" nghĩa là mê chấp không giác ngộ, không biết sám hối, không chịu quay đầu. Nói "tam đồ sở kiến" là chỉ tham lam, sân hận, si mê, kiêu mạn, danh văn lợi dưỡng, ý nói rằng đây đều là những tri kiến tà vạy xấu ác khiến cho phải đọa vào trong ba đường ác.

"Trói chặt lấy" là ý nói những người này do mê đắm trong năm món dục lạc nên bị những tri kiến tà vạy tham lam, sân hận trói chặt lấy, từ đó tạo các nghiệp nhân thiện, ác, phải chịu quả báo những điều họa phúc, hết thảy đều là tự làm tự chịu.

Phần cuối cùng nói: "Do nhân duyên nghiệp tội đã tạo mà nhận chịu quả báo, không thể không thận trọng."

"Do nhân duyên nghiệp tội đã tạo" là nói bản tính chúng sinh từ vô thủy đến nay do tiêm nhiễm tập khí xấu ác mà tạo thành nghiệp tội. Đức Khổng tử nói: "Tính [người ban đầu] gần gũi nhau, tập nhiễm [thói xấu] thành xa cách nhau."[1] Khổng tử gọi là "tính", đó là chỗ Phật gọi là "bản tính". Khổng tử gọi là "tập nhiễm", chính là trong kinh này nói "tội thức" hay "nhân duyên nghiệp tội đã tạo". Sự tập nhiễm tuy có thiện, có ác, nhưng đều là ô nhiễm. Tác dụng của bản tính thanh tịnh hàm chứa hết thảy các chủng tử thiện ác. Chủng tử [của nghiệp đã tạo] vĩnh viễn không mất đi, khi gặp duyên nhất định hiện khởi thành kết quả, phải chịu báo ứng. Chủng tử trong tạng thức của kẻ phàm phu thì xấu ác nhiều, hiền thiện ít, cho nên mới gọi là "tội thức". Ở đây "tội thức" chỉ cho các chủng tử nghiệp tội, các tập khí tà vạy xấu ác.

Kinh văn nói "chủng chi đắc bản" nghĩa là nhận chịu quả báo, "bản" chỉ cho quả báo. Do đó, đối với chủng tử tập khí, thật không nên tích tập những điều bất thiện. Bình thường phải luôn giữ tâm tốt lành mà hành xử, đối với những việc tà chính, thị phi, thiện ác đặc biệt không thể không thận trọng, bởi vì mọi việc hiện nay trong tương lai nhất định đều có quả báo.

Phần kinh văn tiếp theo là ý thứ hai của đoạn kinh này, đức Phật dạy rõ các tiêu chuẩn thiện ác cùng với định luật

---

[1] Luận ngữ, chương Dương Hóa, tiết thứ 3: "Tử viết: Tính tương cận dã, tập tương viễn dã. - 子曰：性相近也，習相遠也 。"

nhân quả. Phần này lại sẽ chia thành hai ý nhỏ, trước nêu ra những thí dụ về thiện ác, sau luận rõ việc nhân quả không sai lệch.

4.2. Răn dạy rõ ràng về thiện ác

4.2.1. Những thí dụ về thiện ác

Kinh văn

十惡怨家，十善厚友，安神得道，皆從善生。善為大鎧，不畏刀兵；善為大船，可以度水。有能守信，室內和安，福報自然，從善至善，非神授與也。今復不信者，從後轉復劇矣！

> *Thập ác oán gia, thập thiện hậu hữu, an thần đắc đạo, giai tùng thiện sinh; thiện vi đại khải, bất úy đao binh; thiện vi đại thuyền, khả dĩ độ thủy; hữu năng thủ tín, thất nội hòa an, phúc báo tự nhiên, tùng thiện chí thiện, phi thần thụ dữ dã. Kim phục bất tín giả, tùng hậu chuyển phục kịch hĩ.*

Dịch nghĩa

> Mười điều ác là kẻ oán thù, mười điều thiện là người bạn tốt; muốn thân tâm an ổn được giải thoát đều nhờ nơi điều thiện. Điều thiện là tấm áo giáp dày bảo vệ ta không sợ đao binh, điều thiện là con thuyền lớn giúp ta vượt qua sóng nước. Người giữ được lòng tin

[nhân quả] thì trong gia đình an ổn hòa khí, tự nhiên được phúc báo; nhờ làm việc thiện mà được quả thiện, chẳng phải thần thánh nào ban cho. Nay càng không tin [nhân quả] ắt ngày sau càng phải chịu nhiều khổ báo.

"Mười điều ác là kẻ oán thù, mười điều thiện là người bạn tốt." Hai câu này là đức Phật vì chúng ta đưa ra tiêu chuẩn nhận thức về thiện ác, mục đích là dạy ta: "Không làm các điều ác, vâng làm các việc lành."

"Mười điều ác" là đem tất cả các việc ác phân chia thành mười loại. Những việc ác của thân có ba loại: giết hại, trộm cướp, tà dâm. Những việc ác của miệng có bốn loại: nói dối, nói hai lưỡi, nói lời độc ác, nói lời thêu dệt. Những việc ác của ý có ba loại: tham lam, sân hận, si mê. Gọi chung là Mười điều ác.

Mười điều ác này là giặc cướp của tính đức, cho nên gọi là kẻ oán thù. Kẻ thù gặp nhau ắt phải làm hại lẫn nhau. Trong Mười điều ác thì giết hại là điều ác nhất. Trong lịch sử chính thức của Trung quốc, gọi là tín sử, ghi chép lại qua nhiều thời đại những trường hợp giết hại chịu quả báo rõ ràng nhất có Chu Tuyên Vương, đến cuối đời Minh có các nhóm loạn tặc Lý Tự Thành, Trương Hiến Trung ước chừng 202 người, quả báo [giết hại] của những người này đều có thể khảo chứng được. Trong kinh Phật ghi chép đặc biệt rất tường tận. Mười điều ác nếu phạm cả vào, quả báo nhất định đọa địa ngục A-tỳ, chính là địa ngục Vô gián, chịu khổ không cùng tận.

Đời người khổ đau ngắn ngủi, bất quá chỉ mấy mươi năm, hết thảy đều như khói mây trôi qua trước mắt, việc gì phải khổ sợ làm các việc ác? Trong kinh Phật có câu chuyện con quỷ dùng roi đánh xác chết như sau:

"Xưa ở xứ kia có một người chết rồi hiện hồn về thành quỷ dùng roi đánh xác chết của mình. Người chung quanh thấy vậy hỏi rằng: 'Người này đã chết rồi, sao còn dùng roi đánh?' Con quỷ đáp rằng: 'Đây là thân xác trước đây của tôi, nó thay tôi làm các việc ác, thấy kinh điển giới điều thì không đọc, lại gian trá trộm cướp, tà dâm với vợ con người khác, bất hiếu với cha mẹ, bất nghĩa với anh em, tham lam tài vật không chịu bố thí, khiến cho tôi sau khi chết rồi phải đọa trong đường ác, chịu khổ não đau đớn không sao nói hết, cho nên tôi về đây đánh nó.'"

Tạm gác lại không bàn đến việc câu chuyện này là có thật hay không, nhưng trong chuyện hàm chứa một triết lý cực kỳ sâu sắc, hết sức ý vị, cho thấy rõ ràng ý nghĩa là ta có được xác thân hữu ích này, đừng dùng nó để làm bừa bãi những việc xấu ác.

Mười điều thiện là ngược lại với Mười điều ác, nghĩa là thân không làm việc giết hại, không trộm cướp, không tà dâm; miệng không nói dối, không nói hai lưỡi, không nói lời độc ác, không nói thêu dệt; ý không tham lam, không sân hận, không si mê. Như vậy gọi là Mười điều thiện hay Mười nghiệp lành.

Mười điều thiện này là vốn liếng phúc đức trong đời người để được sinh về cõi trời, là những điều mà người học Phật căn bản phải thực hiện đầy đủ. Trong Phật pháp có kinh *Thập thiện nghiệp đạo* giảng giải chuyên biệt về vấn đề này, dạy người tu học. Chúng ta y theo những tiêu chuẩn này làm điều hiền thiện với người khác mới chân chính là kẻ thiện nam, người thiện nữ.

Giống như bạn bè giúp đỡ ta tận tâm hữu ích, trong thế gian này, người bạn đáng nương tựa nhất chính là Mười điều thiện.

Ở chỗ này tôi xin đơn cử một thí dụ, sách *Lương thư* trong hai mươi lăm bộ sử Trung quốc có chép chuyện Dữu Sân:

"Dữu Sân tên tự là Ngạn Bảo, dốc lòng học kinh sử, có lần đi thuyền chở theo 150 thạch¹ gạo, có người gửi thêm 30 thạch. [Đến nơi,] người đó nói: 'Phần ông 30 thạch, của tôi 150 thạch.' Dữu Sân không cãi lại, tùy ý giao cho đủ số.

"Láng giềng có người bị vu cáo là ăn trộm, Sân lấy 20 ngàn đồng tiền, sai học trò đến [quan phủ] nói dối là người thân của người ấy, xin nộp tiền chuộc. Người ấy được tha về, đến tạ ơn Sân. Sân nói: 'Tôi thương người vô tội trong thiên hạ, đâu cần phải cảm ơn.'

"Về già, hằng ngày ông đều lễ bái, sám hối sáu lần, tụng kinh Pháp Hoa mỗi ngày trọn một bộ. Một đêm khuya, bỗng dưng ông nhìn thấy một vị tăng tự xưng tên là Nguyện công (chính là hóa thân của đức Phật A-di-đà), hình dung cử chỉ hết sức khác thường, gọi Sân là tiên sinh Thượng Hạnh, trao cho một nén hương rồi đi mất.

"Niên hiệu Trung Đại Thông năm thứ tư đời Lương Vũ Đế (532),² [ông đang ngủ] giật mình tỉnh giấc nói: "Nguyện công lại đến rồi, ta không thể ở lâu được nữa." Sắc diện vẫn bình thường không hề thay đổi, ông vừa nói xong thì qua đời, người trong nhà đều nghe trên không trung có tiếng

---

¹ Thạch: đơn vị đo lường ngày xưa, đo dung tích thì bằng 10 đấu hoặc 100 thưng, nếu là trọng lượng thì bằng 120 cân, tương đương 120 pound.

² Trong bản Trung văn, không hiểu vì sao lại ghi chú niên đại này là "一三八六年 – nhất tam bát lục niên" (năm 1386), hoàn toàn không liên quan gì đến niên hiệu Trung Đại Thông đời vua Lương Vũ Đế. Chúng tôi đã tra cứu kỹ để xác định năm thứ tư của niên hiệu này là năm 532. Chúng tôi cũng xem qua sách Lương thư, quyển 51, truyện Dữu Sân, chỉ thấy có thêm chi tiết là vào năm này ông Dữu Sân được 78 tuổi (時年七十八 - thời niên thất thập bát). Ngoài ra không thấy có gì liên quan đến con số 1386, rất có thể đã bị chép nhầm.

hô lớn: "Tiên sinh Thượng Hạnh đã sinh về cõi Tịnh độ của Phật A-di-đà.' Vua ban chiếu thụy hiệu Trinh Tiết Xử Sĩ."

Cứ theo truyện này thì việc niệm Phật được vãng sinh Tịnh độ đích thực có bằng chứng rõ ràng, được ghi chép trong Chính sử.

Tại Trung quốc, kể từ Đại sư Tuệ Viễn vào đời Tấn sáng lập đạo trường Liên xã, đề xướng pháp môn niệm Phật cho đến nay, trải qua các triều đại, những người y theo giáo pháp vâng làm đích thực được thành tựu thật không biết đến bao nhiêu ngàn vạn người rồi.

Thời cận đại, những người niệm Phật được vãng sinh, trong tỉnh này cũng nhiều, như trong Niệm Phật Đoàn Đài Bắc có cư sĩ Lý Tế Hoa được vãng sinh, khích lệ mọi người trong tỉnh một lòng chuyên tu Tịnh độ, chính là một ví dụ điển hình rất tốt. Ngàn vạn lần không thể xem đây là chuyện mê tín. Mong rằng mọi người lưu ý nhiều hơn, không để mất đi sự lợi ích lớn lao, tự mình sai lầm bỏ mất đi cơ duyên hết sức tốt đẹp.

Bạn bè là một trong năm mối quan hệ, những người đồng tâm chí, hợp đường hướng, trong lúc hoạn nạn trợ giúp lẫn nhau thì có thể giúp nhau thành tựu sự nghiệp, công việc trong đời sống thế tục. Thế nhưng đối với việc chuyên lòng niệm Phật, thấu rõ chân tâm, thấy được tự tánh, thành Phật thành Tổ, thì dù bạn tốt ở thế gian cũng không thể giúp được gì, cần phải tự mình chuyên cần tu tập Mười điều thiện, Tam học (Giới, Định, Tuệ), mới có thể được tròn tâm nguyện. Cho nên nói rằng "Mười điều thiện" quả thật là người bạn tốt xuất thế gian, chúng ta phải kính trọng học tập.

Nếu không tin thì cứ xem trong pháp hội Lăng Nghiêm, Tôn giả A-nan là người thông minh, nghe biết nhiều, nhưng về phương diện công phu tu tập lại cho rằng "không cần phải nhọc sức tự tu, hẳn là Như Lai sẽ giúp ban cho con Tam-muội". Ngài không ngờ Phật lại dạy rằng: "Người khác ăn mình không thể no." Tuy Tôn giả với Phật có tình ruột thịt chí thân, cũng không thể nào thay thế, cũng không thể gánh vác thay.

Đạo Phật tuyệt đối không mê tín. Chúng ta nhất định nếu muốn giác ngộ, muốn tu hành chứng quả thì phải dựa vào chính bản thân mình. Cho nên đức Phật mới dạy chúng ta phải xa lìa kẻ oán thù là Mười điều ác, kết chặt giao tình với bạn tốt là Mười điều thiện.

Cần phải quay lại nhận hiểu đúng đắn chỗ này, ngay trong một ngày nếu thực sự niệm xấu ác giảm đi, ý hiền thiện tăng nhiều, chỉ nói với người những lời hiền thiện, không nói lời xấu ác, tự nhiên "thân tâm liền an ổn, được giải thoát". Thân tâm an ổn là không lo không sợ, không phiền não. Được giải thoát là nói sau khi bỏ thân này được vãng sinh về cõi Phật, thành Phật, thành Tổ.

Hết thảy những điều đó đều là từ nơi việc dứt ác tu thiện mà sinh ra quả báo chân thật tốt đẹp như vậy. Lời Phật dạy chân thật, các vị sao không chịu làm theo?

"Điều thiện là tấm áo giáp dày bảo vệ ta không sợ đao binh, điều thiện là con thuyền lớn giúp ta vượt qua sóng nước." Hai câu này là cách nói ví dụ. Đao binh là nói nạn chiến tranh, chiến tranh khởi sinh từ nơi sân hận thù oán. Sóng nước là ví cho tham ái, tham dục không thỏa mãn, là cội nguồn của hết thảy mọi tai họa. Người bạn tốt Mười điều thiện có thể tiêu trừ ba độc phiền não (tham, sân, si), đó là có công năng tiêu diệt hiểm họa chiến tranh và vượt qua biển khổ, giúp chúng ta đạt được đời sống hạnh phúc, an vui, hòa bình, lợi lạc.

Do đó đức Phật mới dạy rằng: "Người giữ được lòng tin [nhân quả] thì trong gia đình an ổn hòa khí, tự nhiên được phúc báo." Và cũng nói: "Nhờ làm việc thiện mà được quả thiện." Đó là do mình tự tu tự được, chẳng phải tiên, Phật, Bồ Tát nào ban cho mình.

Nếu như quý vị lại không tin [nhân quả], điều ác nào cũng làm, không làm mọi việc thiện, như vậy thì khổ báo tất nhiên sẽ đến ngày càng nặng nề hơn.

4.2.2. Nhân quả không sai lệch

Kinh văn

佛言：阿難！善惡追人，如影逐形，不可得離。罪福之事，亦皆如是，勿作狐疑，自墮惡道！罪福分明，諦信不迷，所在常安；佛語至誠，終不欺人。

Phật ngôn: "A-nan, thiện ác truy nhân, như ảnh trục hình, bất khả đắc ly; tội phúc chi sự, diệc giai như thị, vật tác hồ nghi, tự đọa ác đạo. Tội phúc phân minh, đế tín bất mê, sở tại thường an, Phật ngữ chí thành, chung bất khi nhân."

Dịch nghĩa

Phật dạy: "Này A-nan, những việc thiện hay ác [đã làm] bám theo người như bóng theo hình, không thể rời nhau. Kết quả tội hay phúc cũng là như vậy, chớ nên hoài nghi khiến tự mình phải đọa vào đường ác.

Phân biệt rõ ràng tội với phúc, tin chắc không mê lầm thì ở đâu cũng được an ổn. Lời Phật nói hết sức đúng thật, không bao giờ dối người."

Đoạn kinh văn này luận về lẽ nhân quả không sai lệch. Phật bảo ngài A-nan rằng, sự báo ứng của những việc thiện, ác luôn bám theo người đã làm, như bóng không rời hình, tuyệt đối không có lý nào trốn thoát được.

Kinh nói "tin chắc" là ý nói dùng trí tuệ chân chánh mà tin sâu. Nói "không mê lầm" là không để cho những tà thuyết, vật dục làm cho mê muội.

Trong kinh nói: "Quá khứ có một người hiền nghèo khó ở gần tinh xá Kỳ Viên, mỗi ngày đều đến tinh xá quét dọn, dốc lòng không mỏi mệt. Có vị trưởng giả trong lúc đi chơi nhìn thấy trong một khu đất lớn có mấy chục tòa nhà xây bằng bảy món báu, hỏi người nơi đó thì được biết rằng người hiền nghèo khó kia thường quét dọn nơi đất Phật, được phúc báo sẽ sinh về ở đó. Vị trưởng giả nghe như vậy vui mừng, liền tìm đến chỗ người hiền nghèo khó kia, dùng 500 lượng vàng xin mua lại [những tòa nhà kia]. Người hiền nghèo khó được số vàng lớn, liền dùng để thiết lễ cúng dường, bố thí chúng sinh. Đức Phật vì người ấy thuyết pháp, ông liền hiểu được mối đạo."[1]

Câu chuyện này cho thấy rõ rằng việc thiện ác đều có báo ứng, lời Phật hết sức đúng thật, không bao giờ dối người.

---

[1] Đoạn kinh văn này được chúng tôi tìm thấy trong Kinh luật dị tướng (經律異相), quyển 19, thuộc Đại Chánh Tạng tập 53, kinh số 2121. Trong nguyên văn kinh nói đầy đủ hơn là "...vị trưởng giả tìm đến người hiền nghèo khó, nói: Ông có tài sản quý báu xin bán cho tôi, tôi trả ông 500 lượng vàng. Người nghèo đáp, tôi xưa nay nghèo khó, không có vật gì quý báu cả. Ông trưởng giả nói, chỉ cần ông đồng ý hứa bán, tôi sẽ trả tiền. Người nghèo kia liền gật đầu đồng ý. Ông trưởng giả trao đủ 500 lượng vàng."

Phần trên tôi đã giảng qua đoạn kinh văn đức Phật dạy chúng ta phá trừ mê chấp, phân biệt thiện ác, hiểu rõ quả báo. Tiếp theo sẽ giảng đến đoạn cuối cùng của phần đầu tiên: Khó gặp được Tam bảo.

Đoạn này chia làm hai ý chính, thứ nhất nói việc đời trước gieo nhân tạo phước nay mới được gặp Phật pháp, thứ hai giảng việc dặn dò truyền bá giáo pháp về sau cùng việc tạo ruộng phước.

5. Tam bảo khó được gặp

5.1. Đời trước gieo nhân tạo phước nay mới được gặp Phật pháp

Kinh văn

佛復告阿難：佛無二言，佛世難值，經法難聞，汝宿有福，今得侍佛。

> *Phật phục cáo A-nan: Phật vô nhị ngôn, Phật thế nan trực, kinh pháp nan văn, nhữ túc hữu phúc, kim đắc thị phật.*

Dịch nghĩa

> Phật lại bảo ngài A-nan: "Phật không nói hai lời. Phật ra đời khó gặp, kinh điển giáo pháp khó được nghe. Đời trước ông có gieo nhân tạo phước nên đời này mới được hầu bên Phật."

Trong đoạn kinh văn này, câu "Phật không nói hai lời" đích thực là lời từ bi thương xót, đinh ninh dặn dò nhắc lại, chỉ sợ chúng ta lại sai lầm bỏ vuột qua một cơ duyên hết sức tốt đẹp của đời này. "Không nói hai lời", đích thực là hết sức chân thành, làm sao lại có thể không kính tin theo?

"Phật ra đời khó gặp" là nói cơ duyên được gặp lúc đức Phật ra đời thật vô cùng khó khăn. [Đó là bởi vì các lý do sau đây.]

[Thứ nhất,] muốn tu thành Phật đạo, [trong kinh] có chỗ nói là phải tu hành trải qua ba đại a-tăng-kỳ kiếp. A-tăng-kỳ là đơn vị số đếm của Ấn Độ thời cổ, so theo toán pháp của Trung quốc thì một vạn vạn là một ức, một vạn ức là một triệu, mà một a-tăng-kỳ là tương đương với số một ngàn vạn vạn vạn vạn vạn vạn vạn vạn triệu (8 chữ vạn). Lại nhân số này lên ba lần thì quả thật là một con số phi thường cực lớn. Từ địa vị phàm phu tu tập thành tựu Phật đạo thông thường phải trải qua suốt một thời gian dài như thế.

Thứ hai, cứ lấy trường hợp của đức Bổn sư Thích-ca Thế Tôn làm điển hình, từ khi Phật diệt độ đến năm nay (năm Dân quốc thứ 69),[1] dựa theo Lão Hòa thượng Hư Vân dùng toán pháp Trung quốc để tính thì đã qua 3007 năm.[2]

Thứ ba, thời điểm đức Phật Di-lặc đản sinh cõi này, theo trong kinh nói thì ước chừng phải đến sau 56 ức năm nữa.

Thứ tư, sinh ra trước thời Phật đản sinh, hoặc sau khi Phật pháp đã mất, chính là một trong Tám điều kiện khó

---

[1] Tức là năm 1980.

[2] Chúng tôi chuyển dịch y theo bản Trung văn nhưng cũng không thực sự hiểu được cách tính toán ở đây, vì theo Phật lịch thông thường thì năm 1980 là Phật lịch 2524, không biết vì sao lại là 3007 năm? Nguyên văn trong bản Trung văn là: 佛滅度到今年（民國六九年）依虛雲老和尚據中國計算法，應該是三〇〇七年了。- Phật diệt độ đáo kim niên (Dân quốc lục cửu niên), y Hư Vân Lão hòa thượng cứ Trung quốc kế toán pháp, ưng cai thị tam linh linh thất niên liễu.

khăn bất lợi (Bát nan xứ).¹ Như vậy có thể thấy việc được sinh ra đồng thời với Phật là một cơ duyên phi thường khó gặp, không chỉ do mong cầu mà được.

Vì sao chúng ta phải cầu được sinh ra đồng thời với Phật? Vì sinh ra đồng thời với Phật, được tự thân gặp Phật, được nghe pháp thích hợp với căn cơ, dễ dàng được giải thoát.

Chúng ta ngày nay tuy chẳng được gặp Phật ra đời, thế nhưng cũng được sinh vào một ngàn năm đầu tiên trong thời mạt pháp của Phật Thích-ca, vẫn còn được thấy kinh nghe pháp, cũng là may mắn hết sức lớn lao trong sự bất hạnh. Mong sao mọi người đều biết tự quý trọng, kính cẩn nghiêm túc tự mình nỗ lực mạnh mẽ trong sự tu học, không cô phụ ơn Phật.

"Kinh điển giáo pháp khó được nghe." Trước hết phải hiểu rõ được công dụng, lợi ích của kinh điển, giáo pháp. Tác dụng của kinh điển và luận giải là tu sửa tri kiến của chúng ta trở thành chân chánh. Giới luật là chỗ y cứ để chúng ta tu sửa hành vi của mình. Cho nên, Tam tạng gồm kinh, luật, luận là chuẩn mực, phép tắc duy nhất của người học Phật.

Đức Thế Tôn khi diệt độ có lời di ngôn, dặn dò pháp Tứ y như sau.

---

¹ Bát nan xứ được trình bày trong kinh điển bao gồm: 1. Địa ngục (地獄; Phạn ngữ: naraka); 2. Súc sanh (畜生; Phạn ngữ: tiryañc); 3. Ngạ quỉ (餓鬼; Phạn ngữ: preta); 4. Trường thọ thiên (長壽天; Phạn ngữ: dīrghāyu-deva), là cõi trời thuộc Sắc giới với thọ mạng cao. Thọ mạng cao cũng là một chướng ngại vì nó làm mê hoặc người tu, làm cho dễ quên những nỗi khổ của sanh lão bệnh tử trong luân hồi; 5. Biên địa (邊地; Phạn ngữ: pratyanta-janapda), là những vùng không nằm nơi trung tâm, không thuận tiện cho việc tu học Chánh pháp; 6. Căn khuyết (根缺; Phạn ngữ: indriya-vaikalya), không có đủ giác quan hoặc các giác quan bị tật nguyền như mù, câm, điếc... 7. Tà kiến (邪見; Phạn ngữ: mithyā-darśana), những kiến giải sai lệch, bất thiện; 8. Như Lai bất xuất sanh (如來不出生; Phạn ngữ: tathāgatānāṁ anutpāda), nghĩa là sanh sống trong thời gian không có Phật hoặc giáo pháp của Phật xuất hiện.

Thứ nhất là *y pháp bất y nhân*. "Pháp" chính là chỉ Tam tạng Kinh điển. Người hoằng pháp trong thời mạt thế này, nếu không y cứ vào Kinh điển thì không thể tin theo được.

Thứ hai là *y nghĩa bất y ngữ*. "Nghĩa" là chỉ cho những ý nghĩa do Phật giảng thuyết, "ngữ" là công cụ, phương tiện được dùng để biểu đạt những ý nghĩa đó. Nghĩa là chủ, ngữ là khách. Điều này dạy chúng ta phải y cứ vào những ý nghĩa do Phật giảng giải mà không bám chấp nơi ngôn ngữ, văn tự. Nếu chỉ cứng nhắc theo câu văn lời nói, đó là đã đánh mất đi những ý nghĩa giáo hóa của Phật-đà.

Thứ ba là *y liễu nghĩa bất y bất liễu nghĩa*. "Bất liễu nghĩa" là những điều Phật nương theo pháp thế gian mà nói, là những lời phương tiện mà nói. "Liễu nghĩa" là những điều Phật dựa theo sự chứng đắc tự thân của ngài mà nói, là những lời rốt ráo chân thật. Do đó, Phật dạy chúng ta phải y theo pháp Nhất thừa "liễu nghĩa" chân thật, không y theo các giáo pháp phương tiện Tiểu thừa cùng pháp nhỏ hẹp trong hai cõi trời người, được đức Phật phương tiện nói ra.

Thứ tư là *y trí bất y thức*. Điều này là dạy chúng ta phải có đầy đủ thái độ tu học tốt đẹp. Trí là lý trí, thức là tình cảm, là mê chấp. Phật dạy chúng ta khi tiếp nhận nền giáo dục Phật-đà phải dùng lý trí để quyết định chọn lọc, không thể dùng tình cảm, càng không thể dùng mê chấp.

Như thế là pháp Tứ y. Người Phật tử vào thời mạt thế, nếu có thể y theo như vậy hành trì thì cũng giống như được sinh cùng thời với Phật, không khác gì được ngài đích thân dạy dỗ chỉ bảo.

Chúng sinh đời mạt thế phước báo mỏng manh, tà sư thuyết pháp nhiều như cát sông Hằng, nếu không vâng theo đúng pháp Tứ y này, ắt sẽ rơi vào đường tà. Cho nên, pháp Tứ y không thể không vâng làm.

Lại nói về công dụng của Kinh điển, ngay trong hiện tại có thể giúp ta dứt khổ được vui, trong tương lai được giải thoát sinh tử.

Kinh điển được phân chia thành kinh điển đích thân được nghe Phật thuyết và kinh điển được ghi chép lưu truyền. Người đích thân được nghe thì khế hợp căn cơ sâu sắc, người dựa vào ghi chép lưu truyền thì khế hợp căn cơ cạn cợt.

Lại nói việc ghi chép lưu truyền cũng không phải dễ dàng. Như vào triều đại Diêu Tần, có nhóm của ngài Pháp Hiển mười người, Đại sư Huyền Trang thì đơn thân độc mã, cùng hướng sang Tây Trúc (Ấn Độ) để cầu được kinh điển. Trải qua nhiều đời chú thích, truyền bá giảng giải, lưu hành cho đến ngày nay nào phải dễ dàng. Chúng ta tôn trọng Kinh điển tức là bày tỏ sự tôn kính đối với đức Phật đã thuyết dạy và công lao truyền thuật của các vị đại sư qua nhiều triều đại.

Đây chính là:

Thân người khó được nay đã được,
Pháp Phật khó nghe nay được nghe.
Thân này không gắng đời này độ,
Đợi đến bao giờ độ thân này?

Tôn giả A-nan thật có phước báu mới được làm thị giả hầu bên Phật. Lại như trong kinh Kim Cang có nói: "Như Lai diệt độ rồi, 500 năm sau sẽ có những người tu phước giữ theo giới luật, đối với lời thuyết dạy này thường sanh lòng tin, nhận là chân thật. Nên biết, những người này chẳng phải chỉ ở nơi một, hai, ba, bốn, năm... đức Phật gieo trồng căn lành, mà thật đã ở nơi vô số ngàn vạn đức Phật gieo trồng căn lành."

Đây là một đoạn kinh văn đức Phật vì chúng ta thọ ký.

Có thể thấy, nếu không sẵn có căn lành, phước đức, nhân duyên hết sức sâu dày thì rất khó được tiếp nhận được nền giáo dục của Phật-đà. Chúng ta nên biết tự khích lệ mình gắng sức.

5.2. Dặn dò truyền bá giáo pháp về sau cùng việc tạo ruộng phước

Kinh văn

當念報恩，頒宣法教，示現人民，為作福田，信者得植，後生無憂。阿難受教，奉行普聞。

Đương niệm báo ân, ban tuyên pháp giáo, thị hiện nhân dân, vi tác phúc điền, tín giả đắc thực, hậu sinh vô ưu. A-nan thụ giáo, phụng hành phổ văn.

Dịch nghĩa

Phải thường nghĩ việc báo ơn, truyền giảng giáo pháp, làm ruộng phước cho hết thảy mọi người, kẻ có niềm tin được gieo trồng, đời sau không phải lo âu. Ngài A-nan nhận lời Phật dạy, vâng làm, truyền rộng.

Đoạn kinh này nói việc "dặn dò truyền bá giáo pháp về sau cùng việc tạo ruộng phước", cũng là đoạn cuối cùng của nội dung thưa hỏi những điều lành dữ trong việc thờ Phật, học Phật.

"Phải thường nghĩ việc báo ơn", đây là Phật dạy chúng ta làm người phải luôn biết duy trì tâm niệm báo đáp công ơn. Muốn báo ơn thì trước hết phải có lòng biết ơn. Những ai là người có ơn với ta? Thứ nhất là cha mẹ, có ơn sinh thành dưỡng dục. Thứ hai là các bậc sư trưởng, đối với ta có ơn dạy dỗ dắt dẫn. Thứ ba là đất nước, chính phủ có ơn bảo vệ sự bình an lợi lạc cho mọi người dân. Thứ tư là hết thảy chúng sinh, mỗi một chúng sinh đều có ơn đã đem hết tâm lực trí năng để giúp nhau sinh tồn, tạo nên xã hội hạnh phúc mỹ mãn, hoàn cảnh tốt đẹp. Cho nên, đức Phật thường dạy chúng ta phải luôn biết nhớ ơn, phải báo ơn.

Báo ơn như thế nào? Thứ nhất là phải "truyền bá giáo pháp", nghĩa là phải truyền bá, phổ biến rộng ra, phải tuyên dương nền giáo dục Phật giáo. Không chỉ là dùng lời nói để truyền dạy, mà đức Phật muốn đệ tử của ngài mỗi người đều phải *"hành giải tương ưng, tri hành hợp nhất"* (chỗ hiểu biết và thực hành tương ưng nhau, tri kiến và thực hành là một), làm khuôn mẫu điển hình cho đại chúng, tự thân mình thị hiện làm tấm gương tốt cho tất cả mọi người noi theo.

Do vậy, người xuất gia trong giáo pháp của Phật xưa nay vốn là vì trên báo bốn ơn nặng, dưới cứu giúp chúng sinh khổ nạn, giúp Phật hoằng hóa chúng sinh, tiêu trừ họa loạn, vì chúng sinh làm chỗ nương theo, làm ruộng phước [cho mọi người gieo trồng].

Ruộng phước có ba loại. Thứ nhất, Tam bảo là ruộng phước tôn kính. Thứ hai, cha mẹ là ruộng phước báo ơn. Thứ ba, chúng sinh nghèo khổ là ruộng phước tình thương.

Thành kính, hiếu thuận, từ bi là căn bản của muôn điều lành. Thành kính khởi sinh từ sự tôn kính đối với Phật, Pháp, Tăng (Tam bảo). Hiếu thuận ắt phải khởi sinh từ sự báo đáp công ơn cha mẹ. Từ bi thực sự là khởi sinh từ lòng thương xót đối với hết thảy những chúng sinh nghèo khổ.

Cho nên Phật dạy rằng, Chư Phật, Bồ Tát, các bậc sư trưởng, cha mẹ cùng hết thảy chúng sinh là ruộng tốt để chúng ta gieo trồng phước lành. Người ta không có ai không cầu được phước lành, nhưng cầu phước ở đâu? Tuy mọi người đều sẵn có ruộng phước [để gieo trồng], nhưng nào có mấy ai biết được? Đức Phật từ bi nói ra, ai tin nhận có thể gieo trồng phước lành. Siêng năng gieo trồng phước lành thì ngày sau mới được hưởng phước lành không cùng tận.

[Giảng đến đây rồi] quý vị có tin hay không tin? Có phát nguyện tu tích phước lành hay không? Xin mời xem tiếp kinh văn: "Đời sau không phải lo âu."

Trong một câu kinh này hàm chứa hai tầng ý nghĩa. Thứ nhất là tuy chưa chứng đắc đạo quả mà qua đời, kiếp sau nhờ phước báo sâu dày ắt sẽ được sinh về cõi trời hưởng phước, thân tâm được an lạc, cho nên không còn phải lo âu. Thứ hai là thành tựu đạo nghiệp, tâm ý sáng rõ thấy được tự tánh, dứt trừ mê hoặc chứng đạo chân thật, hoặc được vãng sinh về cõi Phật, vĩnh viễn thoát khỏi luân hồi, cho nên cuối cùng cũng không còn phải lo âu. Đây mới là quả báo trọn vẹn rốt ráo.

Do đó có thể biết rằng, người đệ tử Phật ắt phải rõ biết ơn đức, làm khuôn mẫu chuẩn mực cho chư thiên và loài người, báo đáp ơn Phật, hoằng truyền giáo pháp, làm ruộng phước cho hết thảy chúng sinh.

Nên biết rằng, đường tu tập lấy trí tuệ làm gốc, trí tuệ ắt phải lấy phước đức làm nền. Tôn giả A-nan chính là tấm gương tốt để chúng ta noi theo.

"Ngài A-nan nhận lời Phật dạy, vâng làm, truyền rộng."

Tôn giả A-nan kính nhận lời dạy bảo của đức Thế Tôn, liền có thể ngay lập tức vâng làm theo, đem những ý nghĩa được Phật thuyết dạy rộng truyền ra khắp mười phương, giúp cho hết thảy chúng sinh đều được nghe biết, sinh khởi lòng tin, phá trừ si mê, mở ra giác ngộ, chỉ dạy cho chúng ta hiểu rõ rằng phải vận dụng thái độ học Phật như thế nào mới có thể được giàu sang phú quý, vạn sự như ý.

PHẦN II.
TRÁCH NHIỆM VÀ QUẢ BÁO CỦA SỰ GIẾT HẠI

Trên đây đã giảng giải xong phần đầu tiên của kinh văn: "[Ngài A-nan] thưa hỏi Phật về chuyện lành dữ của việc thờ Phật, học Phật." Tiếp theo mời quý vị xem đến dòng cuối cùng của trang 3, bắt đầu từ chỗ: "Ngài A-nan lại bạch Phật..." cho đến dòng cuối cùng của trang 4, kết thúc ở câu "tội lỗi sâu như vậy."[1]

Cả thảy đoạn này có 10 dòng kinh văn, là phần thứ hai trong toàn bản kinh, nội dung hỏi đáp về vấn đề trách nhiệm, nghiệp báo của sự giết hại.

Trong giới luật của đạo Phật, quan trọng nhất là giới không giết hại. Bất kể là tại gia hay xuất gia, hết thảy đệ tử Phật đều phải vâng giữ theo điều giới này. Trong Pháp hội Lăng Nghiêm, đức Phật đã dạy: "Không trừ tâm giết hại thì không thể thoát khỏi luân hồi." Hoặc nói: "Cho dù hiện nay có được nhiều trí tuệ, công phu thiền định, nếu không dứt trừ việc giết hại ắt sẽ phải rơi vào cảnh giới quỷ thần." Hoặc nói: "Quỷ la-sát ăn thịt, quả báo cuối cùng ắt phải sa đọa." Những lời dạy bảo được Thế Tôn nhắc đi nhắc lại nhiều lần như vậy đều là để nói rõ, tâm sân hận nặng nề, tâm từ bi yếu ớt [mới ăn nuốt máu thịt chúng sinh], không phải hàng đệ tử của Phật. Chỗ tai hại cũng

---

[1] Những số trang, số dòng ở đây đều là nói theo bản kinh văn được đại chúng sử dụng trong buổi giảng này. Các số trang tương ứng của bản kinh số 492b trong Đại Chánh tân tu Đại Tạng Kinh (Tập 14) đã được chúng tôi chú thích kỹ ở phần đầu sách.

như quả báo của việc giết hại sinh mạng thật đau đớn không thể nói hết.

Trong kinh điển cũng dạy rằng: "Chúng sinh bỏ việc giết hại được lìa khỏi sinh tử." Hoặc nói: "Bậc tỳ-kheo thanh tịnh không giẫm đạp lên cỏ xanh." Hoặc dạy rằng: "[Những tỳ-kheo nào không dùng các thứ vật dụng làm từ da thú, lông thú v.v... mới] thực sự thoát khỏi thế gian này, không còn luân chuyển trong ba cõi."[1] Những điều này là nói rõ phải nghiêm trì giới luật, bảo vệ giới luật thì mới có thể hòa nhập vào cảnh giới đồng thể nhất như, từ bi bình đẳng, mới có thể làm một người đệ tử của bậc thánh, tu hành đúng theo lời dạy.

Phần này chia ra ba ý chính. Thứ nhất, ngài A-nan thưa hỏi. Thứ hai, đức Phật chỉ rõ những điều nặng nhẹ. Thứ ba, giảng rõ oán cừu không gián đoạn.

1. Ngài A-nan thưa hỏi

Kinh văn

阿難復白佛言：人不自手殺者，不自手殺為無罪耶？

A-nan phục bạch Phật ngôn: Nhân bất tự thủ sát giả, bất tự thủ sát vi vô tội da?

---

[1] Ở đây Hòa thượng chỉ trích rất ngắn gọn, chúng tôi căn cứ Thủ Lăng Nghiêm nghĩa sớ chú kinh (首楞嚴義疏注經), quyển 6, là bản văn đã được trích dẫn, để bổ sung phần trong ngoặc vuông, giúp độc giả dễ nhận hiểu đủ nghĩa hơn. Phần văn trích có thể được tìm đọc trong Đại Chánh Tạng, Tập 39, kinh số 1799, trang 913, tờ b, dòng thứ 21 - 24.

Dịch nghĩa

Ngài A-nan lại thưa hỏi Phật: "Như có người không tự tay giết hại, phải chăng không tự mình giết thì không có tội?"

Câu kinh này là lời thưa hỏi của ngài A-nan. Câu hỏi này là có ý làm lợi lạc cho hết thảy chúng sinh hữu tình. Bởi vì cái chết là đau khổ nhất đối với chúng sinh, mà bị chết thảm lại càng đau khổ hơn nữa. Cho nên mới nói rằng, giết hại mạng sống chúng sinh là việc ác độc nhất. Các bậc thánh thế gian cũng như xuất thế gian đều ngăn cấm việc giết hại. Trong văn hóa Trung Hoa, đức nhân từ là quan trọng nhất trong năm đạo thường (nhân, nghĩa, lễ, trí, tín). Trong Phật giáo, bảo vệ sự sống (giới sát, phóng sinh) là thiện hạnh bậc nhất.

Kinh văn tuy chỉ nói đến mỗi một việc giết hại, nhưng ý nghĩa bao hàm toàn bộ giới luật. Lễ giáo của nhà Nho hay giới luật của nhà Phật cũng đều dựa trên căn bản ta và người khác đều sẵn có đầy đủ tính đức, biểu hiện qua những hành vi chân thật, tốt đẹp, trí tuệ trong đời sống thường ngày, hoàn toàn không có ý ước thúc hay ép buộc con người. Mục đích của cả hai nền giáo dục Nho và Phật đều đặt ra nhằm khôi phục tính đức. Bản kinh này chỉ lược nêu một việc, còn những việc khác suy ra có thể biết được.

"Ngài A-nan lại thưa hỏi Phật", đây là nói sau khi được nghe Phật giảng xong các nguyên nhân dẫn đến [quả báo] tốt hoặc xấu của việc học Phật, thờ Phật, ngài A-nan lại nêu ra thêm một vấn đề nữa để thưa hỏi Phật. Ngài nói: "Ví như có người không tự tay mình giết hại mạng sống - trong việc giết hại có trường hợp là tự tay mình giết, hoặc sai bảo người khác giết hại, hoặc nhìn thấy người khác giết hại mà sinh tâm vui mừng, ở đây rõ ràng ngài A-nan muốn nói đến việc sai bảo người khác giết hại mà không tự tay mình giết hại, cho nên ngài mới thưa hỏi - phải chăng không tự mình giết thì không có tội?"

2. Phật chỉ rõ những điều nặng nhẹ

Phần này chia làm ba ý chính. Thứ nhất, sai bảo người khác giết hại tội nặng hơn tự mình giết hại. Thứ hai, vô ý không biết hoặc do cấp trên cưỡng bức phải giết hại thì tội nhẹ. Thứ ba, cố ý phạm tội lừa dối là tội nặng.

2.1. Sai bảo người khác giết hại tội nặng hơn tự mình giết hại

Kinh văn

佛言：阿難！教人殺生，重於自殺也。

Phật ngôn: A-nan! Giáo nhân sát sinh, trọng ư tự sát dã.

Dịch nghĩa

Phật dạy: Này A-nan! Sai bảo người khác giết hại sinh mạng, tội nặng hơn tự tay mình giết.

2.2. Vô ý không biết hoặc bị cấp trên cưỡng bức phải giết hại thì tội nhẹ

Kinh văn

何以故？或是奴婢愚小下人，不知罪福；或為縣官所見促逼，不自出意，雖獲其罪，事意不同，輕重有差。

Hà dĩ cố? Hoặc thị nô tỳ ngu tiểu hạ nhân, bất tri tội phúc; hoặc vi huyện quan sở kiến xúc bức, bất tự xuất ý. Tuy hoạch kì tội, sự ý bất đồng, khinh trọng hữu sai.

Dịch nghĩa

Vì sao vậy? Hoặc đó là hạng nô tỳ, ngu si thấp hèn, không biết chuyện tội phước, hoặc vì quan huyện bức bách phải làm, không do tự ý. Những người này tuy vẫn có tội, nhưng việc làm và ý muốn không giống nhau, nặng nhẹ có khác biệt.

2.3. Cố ý phạm tội lừa dối là tội nặng

Kinh văn

教人殺者，知而故犯，陰懷愚惡，趣手害生，無有慈心；欺罔三尊，負於自然神，傷生扢命，其罪莫大！

Giáo nhân sát giả, tri nhi cố phạm, âm hoài ngu ác, thú thủ hại sinh, vô hữu từ tâm, khi võng Tam tôn, phụ ư tự nhiên thần, thương sinh ngột mệnh, kỳ tội mạc đại.

Dịch nghĩa

Sai bảo người khác giết hại là biết mà cố phạm, trong lòng ôm giữ sự ngu si độc ác, ưa thích việc giết hại sinh mạng, không có tâm từ, khinh thường dối lừa Tam bảo, tự dối lương tâm, gây hại mạng sống, khiến người không an ổn, tội ấy không gì nặng hơn.

Đoạn kinh văn [gồm cả ba ý trên] là đức Phật giải thích, chỉ bày cho ngài A-nan về tội lỗi, trách nhiệm nặng nhẹ của sự giết hại. Về đại lược có ba ý chính. Thứ nhất, sai bảo người khác giết hại tội nặng hơn tự mình giết hại. Thứ hai, trường hợp vô ý không biết hoặc do cấp trên cưỡng bức phải giết hại thì tội nhẹ. Thứ ba, cố ý phạm tội lừa dối là tội nặng nhất. Bây giờ cũng y theo thứ tự như vậy mà giảng giải.

"Sai bảo người khác giết hại", theo pháp luật hiện nay gọi là tội xúi giục, chủ mưu. Phật bảo ngài A-nan, tội giết hại có phân chia nặng nhẹ, tội của người xúi giục người khác giết hại nếu đem so với người tự tay giết hại thì còn nặng nề hơn. Bởi vì hành vi giết hại đó không xuất phát từ ý muốn của người giết hại, mà là từ ý muốn của người xúi giục. Cho nên, sai bảo, xúi giục người khác giết hại phải chịu tội nặng hơn.

Phần kinh văn tiếp theo, đức Phật lại vì ngài A-nan giải thích: "Vì sao vậy? Hoặc đó là hạng nô tỳ, ngu si thấp hèn, không biết chuyện tội phước."

Câu kinh này nói rõ lý do phân biệt tội nặng nhẹ. Đức Thế Tôn đặc biệt đưa ra hai trường hợp. Thứ nhất, trong một gia đình, những kẻ nô tỳ thấp hèn đều phải nghe theo sự sai bảo của chủ nhân, chủ nhân ra lệnh giết hại thì không thể không làm theo, nhưng bản thân những người ấy thì ngu muội không trí tuệ, không biết chuyện tội phước. Thứ hai, trường hợp phục vụ trong chốn công quyền, "hoặc vì quan huyện bức bách phải làm", đó là Phật nêu ra một trường hợp điển hình thời xưa. Vào thời xưa, quyền hành pháp và tư pháp không có sự phân chia, nên quan huyện cũng là pháp quan, chánh án. Giả sử có người phạm pháp, quan huyện phán quyết người ấy tội tử hình, người thi hành lệnh tử hình đó đương nhiên không phải bản thân quan huyện, mà là người đao phủ dưới quyền. Người đao phủ tuy là người tự tay giết hại, nhưng không phải xuất phát từ tâm ý của chính mình, nên tuy vẫn có tội, nhưng "sự ý bất đồng".

Sự là chỉ việc làm, tức việc giết hại, là do vâng lệnh cấp trên mà làm. Ý là chỉ ý muốn trong lòng, nếu khởi tâm ngu si độc ác sân hận sai bảo người khác làm việc giết hại thì tội lỗi hết sức nặng. Việc xử án còn là như vậy, huống hồ là những chuyện khác!

Ngày trước, Đường Thái Tông có lần nói với các quan rằng: "Người xưa mỗi khi hành hình tội nhân, đức vua dẹp bỏ chuyện vui thú, giảm bớt món ăn. Ta ngày nay trong cung đình không thường bày những cuộc vui, nhưng mỗi lần hành hình đều bỏ không ăn thịt uống rượu." Có thể thấy, những người nắm giữ pháp luật thảy đều là tâm địa Bồ Tát, không gây oan uổng cho người, thường tích lũy nhiều âm đức, ví như gặp phải trường hợp tội nặng không thể ân xá được, cũng khởi tâm từ bi thương xót, bất đắc dĩ mà phải hành hình, không phải do tâm độc ác, không phải do lòng oán hận mà giết hại. Cho nên kinh văn nói "nặng nhẹ có khác biệt".

Đoạn kinh văn tiếp theo nói việc cố ý, dối lừa phạm vào giết hại là tội nặng.

"Sai bảo người khác giết hại là biết mà cố phạm." Đây là nói tự trong lòng mình có ý niệm giết hại rồi mới ra lệnh cho người khác thi hành. Cho nên Phật nói là "trong lòng ôm giữ sự ngu si độc ác, ưa thích việc giết hại sinh mạng, không có tâm từ". "Ngu si độc ác" là nói tâm sân hận chưa nguôi, không tin vào nhân quả, lại không có trí tuệ rõ biết sự lý, thường tạo tác hết thảy các việc ác mà không thể khắc phục, chế ngự. Nếu là người đệ tử quy y Tam bảo, phát tâm Bồ-đề, tu đạo Bồ Tát, học hạnh Bồ Tát mà không dứt trừ tâm giết hại, thì đó chính là "khinh thường dối lừa Tam bảo, tự dối lương tâm".

Kinh văn nói "Tam tôn" là chỉ Tam bảo: Phật, Pháp và Tăng, vì là chỗ quy y của người học Phật, là những bậc đáng tôn kính nhất trong thế gian và xuất thế gian. (Ý nghĩa của Tam bảo trong phần sau sẽ giải thích.) Kinh văn nói "khi võng Tam tôn" tức là nói "khinh thường, dối lừa Tam bảo".

Kinh văn nói "tự nhiên thần" là chỉ lương tâm của chính mình. Không chỉ là dối lừa Tam bảo, mà còn là tự dối lương tâm mình, làm ra những việc hại mạng sống, gây nhiễu loạn cho người. Kinh văn dùng chữ "ngột mệnh" là chỉ việc làm cho người khác thân tâm không được an ổn, tội này rất lớn.

Trên đây đã giảng xong đoạn kinh "Phật chỉ rõ những điều nặng nhẹ". Phần tiếp theo là nói về quả báo của nghiệp giết hại.

3. Oán cừu không gián đoạn

Phần kinh văn này cũng có ba ý. Thứ nhất, hiện tại chịu quả báo gặp tai nạn hung hiểm. Thứ hai, muôn kiếp đọa trong ba đường ác. Thứ ba, hiện nay đọa làm súc sinh đều là do gây nhân đời trước.

3.1. Hiện tại chịu quả báo gặp tai nạn hung hiểm

Kinh văn

怨對相報，世世受殃，無有斷絕。現世不安，數逢災凶。

> Oán đối tương báo, thế thế thụ ương, vô hữu đoạn tuyệt. Hiện thế bất an, sổ phùng tai hung.

Dịch nghĩa

> Oán cừu đáp trả qua lại, đời đời chịu tai ương, không lúc nào dứt. Hiện đời không được an ổn, gặp nhiều tai nạn hung hiểm.

Đoạn kinh văn này là nói Phật dùng Phật nhãn thấy được chúng sinh tạo nghiệp giết hại thì oán cừu đáp trả qua lại, mãi mãi không có lúc nào chấm dứt.

Trước tiên chúng ta phải đặt câu hỏi: "Nhà Phật nói chuyện nhân quả báo ứng, liệu có thật chăng?" Ngay đây tôi xin trân trọng khẳng định với quý vị là có thật. Lại hỏi: "Lý lẽ nhân quả báo ứng liệu có chính xác chăng?" Xin thưa cùng quý vị, là hoàn toàn chính xác. Lý luận và sự thật về nhân quả báo ứng là chân lý vĩnh viễn không thay đổi, tuyệt đối không phải là mê tín.

Đức Phật dạy: "Muốn biết nhân đời trước, xem kết quả đời này. Muốn biết quả đời sau, xem việc làm hiện tại." Khổng tử nói: "Nhà nào thường làm việc thiện, ắt sẽ được nhiều điều tốt đẹp. Nhà nào thường làm việc ác, ắt sẽ phải gặp nhiều tai ương."[1] Bậc cổ đức cũng dạy rằng: "Việc họa phúc vốn không ai định trước, chỉ là do con người tự chuốc lấy."[2] Trong phần chú giải sách *Khổng tử gia ngữ* có nói: "Hại người lợi mình là điều chẳng lành cho bản thân. Bỏ già lấy trẻ là điều chẳng lành cho gia đình. Bỏ người hiền đức mà dùng kẻ hư hỏng là điều chẳng lành cho đất nước. Người già không chịu dạy bảo, người trẻ không lo học hỏi là điều chẳng lành cho phong tục. Bậc thánh nhân ẩn mình, kẻ ngu dốt nắm quyền là điều chẳng lành cho cả thiên hạ."

Thật ra, toàn tập 25 bộ chính sử của Trung quốc cũng chính là bộ sách lớn nhất ghi chép đầy đủ về các trường hợp nhân quả báo ứng. Người đọc kỹ, nghĩ sâu ắt có thể nhận hiểu ra được lý lẽ cảm ứng trong sách. Tuy nhiên, giảng rõ tường tận nhất, thấu triệt nhất về ý nghĩa nhân quả vẫn là kinh điển Phật giáo. Người có ý chí nghiên cứu sâu trong vấn đề này, xin mời đọc qua kinh điển Phật giáo. Hy vọng quý vị có thể tin sâu không nghi ngại.

Trong bản kinh này, đức Phật vì chúng ta giảng giải năm câu về "oán cừu đáp trả qua lại", trong đó nói rõ những quả báo tai nạn hung hiểm hiện nay ta gặp phải đều là do [những việc làm] từ đời trước dẫn đến.

Người đời sở dĩ trở thành kẻ oán thù của nhau đều là do không có sự nhẫn nhục, nhún nhường mà sinh lòng oán hận. Lòng oán hận nếu không được kịp thời hóa giải, nhất định sẽ tích tụ lại ngày càng sâu đậm hơn, diễn biến thành những việc đấu tranh, giết hại để trả thù, cứ đáp trả qua

---

[1] Câu này được trích từ Kinh Dịch: "積善之家必有餘慶。積不善之家必有餘殃。- Tích thiện chi gia tất hữu dư khánh. Tích bất thiện chi gia tất hữu dư ương."

[2] Câu này được trích từ sách Tả thị xuân thu: "禍福無門，唯人自召。- Họa phúc vô môn, duy nhân tự triệu."

lại với nhau thậm chí trải dài qua đời đời kiếp kiếp không khi nào chấm dứt.

Cho nên Phật nói rằng: "Đời đời chịu tai ương, không lúc nào dứt." Trong sự báo thù đáp trả như vậy thì nhất định là cứ lần sau lại càng thảm khốc hơn lần trước, càng đau đớn khổ sở hơn. Mà những kết quả như vậy, nói thật ra đều là do ngu si không trí tuệ, do mê hoặc, điên đảo mới tạo thành. Như muốn dứt trừ đi những quả báo thảm khốc đau đớn như vậy, nhất định phải có một lần thấu hiểu trọn vẹn vấn đề, khai mở trí tuệ chân thật, thực sự nỗ lực tu học phép quán "kẻ oán người thân đều bình đẳng".

Trước hết phải biết nhẫn chịu quả báo, không ôm lòng đáp trả, báo thù. Như vậy mới có thể dần dần dứt hết duyên xấu ác, chuyển hóa nhân xấu ác, chuyển hóa sự oán cừu trong nhiều đời nhiều kiếp thành tâm niệm đại từ đại bi, oán thân bình đẳng, mình và sự vật chẳng phân hai, vào được pháp môn bất nhị, không phân biệt, vào được cảnh giới giải thoát không thể nghĩ bàn, mới có thể thực sự lìa hết thảy khổ não, đạt được niềm vui rốt ráo.

Sự giác ngộ như thế quả thật không dễ dàng, thế nhưng cũng không phải là hoàn toàn không thể làm được. Vấn đề là chúng ta có thực sự chịu làm hay không mà thôi. Nếu quả thật không đạt đến giác ngộ, không thực sự tu hành chân chánh, luôn để tâm bị ngoại cảnh xoay chuyển, như vậy thì đời đời kiếp kiếp đều không thể dứt sạch [oán thù].

Nếu nhân xấu ác không dứt trừ, duyên xấu ác ngày một tăng trưởng, thì kết quả đương nhiên sẽ là: "Hiện đời không được an ổn, gặp nhiều tai nạn hung hiểm." Trong hiện tại thân tâm bất an, thường có nhiều lo nghĩ, sợ sệt, lại cũng thường gặp nhiều tai nạn hung hiểm chẳng lành. Những điều đó đều thuộc về quả báo oán cừu trong hiện đời.

3.2. Muôn kiếp đọa trong ba đường ác

Kinh văn

死入　地獄，出離人形，當墮畜中，為人屠截；三塗八難，巨億萬劫，以肉供　人，未有竟時，令身困苦，噉草飲泉。

Tử nhập địa ngục, xuất ly nhân hình, đương đọa súc trung, vi nhân đồ tiệt. Tam đồ bát nan, cự ức vạn kiếp, dĩ nhục cung nhân, vị hữu cánh thời, linh thân khốn khổ, đạm thảo ẩm toàn.

Dịch nghĩa

Sau khi chết vào địa ngục, mất thân người rồi phải đọa làm súc sinh, bị người giết mổ cắt xẻo. Trôi lăn trong ba đường ác,[1] thường gặp tám chướng duyên[2] suốt muôn ngàn vạn kiếp, xả thân dâng thịt cho người không ngày chấm dứt, sống đời khốn khổ, ăn cỏ uống nước suối.

Đây là đoạn thứ hai của phần này, nói rõ quả báo khổ sở đời sau phải trôi lăn muôn ngàn vạn kiếp trong ba đường ác, mãi mãi không dứt. Trong phần trước, đức Phật đã vì chúng ta nói rõ quả báo hiện tiền của việc giết hại sinh mạng. Tiếp theo lại tiến xa hơn, giảng rõ về tướng trạng chân thật của quả báo đời sau.

---

[1] Ba đường ác (Tam ác đạo hay Tam đồ): địa ngục, ngạ quỷ và súc sanh.
[2] Tám chướng duyên (Bát nan xứ): Tám điều kiện chướng ngại không được học Phật, khó tu tập, sẽ giảng rõ trong phần sau.

Ở đây, trước hết cần phải có một nhận thức chắc chắn, khẳng định rằng hết thảy con người hay muôn vật đều có [sự hiện hữu trong] ba đời: quá khứ, hiện tại và tương lai. Thân thể xác thịt này của chúng ta, tuy phải tùy thuộc vào ba đời mà có hiện tượng sinh diệt, nhưng tinh thần của ta (người đời quen gọi là linh hồn) đích thực là vẫn thường tồn tại qua ba đời, không hề diệt mất.

Năm Dân quốc thứ 69 (1980), buổi chiều ngày 29 tháng 9, Đài Truyền hình Trung Hoa phát sóng một chương trình về vật thể bay bí ẩn (UFO), cũng là thừa nhận trí tuệ, linh hồn hay tinh thần là vĩnh viễn tồn tại, không diệt mất theo cùng với thân thể bằng xương thịt này, hơn nữa cũng là thừa nhận sự luân hồi chuyển kiếp.

Như vậy, sự tuần hoàn nghiệp báo, luân hồi nhân quả cũng là vĩnh viễn không có sự chấm dứt. Linh hồn là do tâm trí biến hiện, trong hệ thống Duy thức của Phật giáo có sự thực chứng thâm nhập phi thường cũng như giảng giải sức tường tận. Đây là chân lý, là sự thật, hoàn toàn không phải do lý luận hay suy diễn ra. Cho nên, các bậc thánh triết từ xưa đến nay đều dạy chúng ta phải rèn luyện nâng cao tâm trí, làm đẹp tâm hồn, làm sung mãn thực chất ý nghĩa của đời sống, hướng đến cảnh giới hiền thiện nhất, như vậy thì trong sự luân hồi lưu chuyển qua ba đời mới càng ngày càng hướng đến gần sự lợi lạc chân thật, hiền thiện, tốt đẹp, trí tuệ.

Chỉ đáng tiếc là người đời ai cũng xem nhẹ chuyện lớn lao quan trọng thiết yếu này, không chịu nghiền ngẫm vào sâu xét kỹ, dựa vào chút thiên kiến sai lệch của riêng mình mà bác bỏ nhân quả. Đối với những lời dạy bảo sáng suốt của bậc thánh triết, họ lại nhầm lẫn cho là mê tín, hoang đường, không căn cứ, không thể dựa vào, từ đó buông thả theo tà kiến của riêng mình, lừa dối giả như người thông thái hiểu biết. Do trí hiểu biết thế tục mà tự mình sai lầm, lại còn mê hoặc người khác, cho đến mức không thể nói hết, bác bỏ kinh điển, gạt bỏ hiếu đạo, xóa bỏ luân thường, đạo đức, cha mẹ còn giết hại huống chi là người khác! Do đó dẫn đến thiên tai, nhân họa ngày càng bức bách, dân chúng không sống nổi qua ngày, thiên hạ đại loạn. Xét đến cội nguồn nguyên nhân, tất cả đều do không có trí tuệ hiểu biết chân tướng của sự báo ứng nhân quả trong ba đời.

Trong đoạn kinh văn này, đức Phật vì chúng ta nói rõ ra sự thật chính xác vô cùng đáng sợ. Đó chính là: quả báo của việc giết hại, ngoài việc trong hiện tại phải chịu nhiều tai ương hung hiểm, bất an, đời sau lại còn phải tiếp tục chịu khổ báo lưu chuyển muôn kiếp trong ba đường ác.

Đức Phật dạy rằng, người tạo nghiệp giết hại nặng nề, sau khi chết thần thức nhất định phải đọa vào địa ngục. Trong hết thảy các kinh điển thường nói về những nghiệp nhân, quả báo trong mười pháp giới, đặc biệt nhất là mỗi khi đề cập đến ba đường ác thì đều giảng giải hết sức rõ ràng, như đối với tâm tham dục nặng nề là nghiệp nhân sinh vào cảnh giới ngạ quỷ, tâm sân hận nặng nề là nghiệp nhân sinh vào địa ngục, tâm ngu si nặng nề (không phân biệt được chánh tà, thị phi, thiện ác) là nghiệp nhân sinh vào cảnh giới súc sinh.

"Oán cừu đáp trả qua lại" thì đương nhiên tâm sân hận đặc biệt nặng nề, nhất định phải chiêu cảm quả báo đọa vào địa ngục. Về những sự tướng, lý lẽ liên quan đến quả báo địa ngục, quý vị có thể xem kỹ chi tiết trong kinh Lăng Nghiêm và kinh Địa Tạng Bồ Tát Bổn nguyện thì tự nhiên có thể thấu hiểu rõ ràng.

Thời gian chịu khổ trong địa ngục rất dài lâu. Đến khi chịu khổ xong rồi, được ra khỏi địa ngục thì đại đa số là chuyển sinh vào cảnh giới ngạ quỷ, hoặc sinh vào cảnh giới súc sinh để tiếp tục trả nợ. Cho nên nói rằng: "Mất thân người rồi phải đọa làm súc sinh, bị người giết mổ cắt xẻo." Thế mới biết rằng chuyện nợ nần vay trả trong đời trước, kẻ nhận không thể tăng thêm mảy may, mà người trả cũng không thể mảy may giảm bớt. Ăn của người tám lạng ắt phải trả cho người nửa cân.[1] Do đó mới có chuyện "trôi lăn trong ba đường ác, thường gặp tám chướng duyên suốt muôn ngàn vạn kiếp", chưa trả xong thì chưa chấm dứt, thật hết sức đáng sợ. Thấu hiểu rõ ràng được ý nghĩa này mới biết rằng việc giết hại mạng sống là muôn vạn lần không thể ra tay làm.

Chỗ này kinh văn đề cập đến "tam đồ, bát nan" là các thuật ngữ Phật giáo, có thể giải thích đơn giản như sau.

"Tam đồ" là ba đường ác, gồm có:

1. Hỏa đồ: chốn địa ngục có lửa dữ thiêu đốt.

2. Huyết đồ: cảnh giới súc sinh nơi các loài ăn nuốt máu thịt lẫn nhau.

3. Đao đồ: cảnh giới ngạ quỷ có dao gậy bức bách gây khổ.

Trong mười pháp giới thì ba đường ác này là khổ nhất.

"Bát nan" hay Bát nan xứ là nói tám hoàn cảnh khó khăn chướng ngại khiến cho chúng sinh không được gặp Phật, nghe pháp, gồm có:

1. Sinh vào địa ngục

2. Sinh vào cảnh giới ngạ quỷ

---

[1] Theo cân lường cổ xưa của Trung quốc thì mỗi cân có 16 lạng, do đó nửa cân bằng 8 lạng. Do vậy có thành ngữ "bên nửa cân, bên tám lạng" để chỉ sự cân bằng.

3. Sinh vào cảnh giới súc sinh

4. Sinh vào châu Bắc Câu-lô

5. Sinh cõi trời Trường thọ

6. Sinh ra khuyết căn: đui mù, câm điếc...

7. Thông thạo nhiều tri thức thế gian

8. Sinh ra không gặp Phật, do trước hoặc sau thời gian Phật ra đời

Tám hoàn cảnh trên làm cho chúng sinh không đủ cơ duyên để được thấy nghe Phật pháp. Kệ khai kinh nói rằng:

"Vô thượng thậm thâm vi diệu pháp,
Bá thiên vạn kiếp nan tao ngộ."
(Pháp nhiệm mầu thâm sâu vô thượng,
Muôn ngàn vạn kiếp khó gặp thay!)

Những câu này quả thật hoàn toàn chuẩn xác, không hề khoa trương cường điệu chút nào.

"Xả thân dâng thịt cho người" là nói sự đọa lạc, sinh làm các loài gia súc, hoặc các loại cầm thú bị con người săn bắn giết hại, đó là quả báo phải đền trả bằng mạng sống. Nói đến chuyện quả báo đền trả, trong thực tế là cực kỳ phức tạp.

"Không ngày chấm dứt" là nói người tạo nghiệp thiếu nợ quá nhiều, không thể trong một đời, một kiếp mà đền trả hết được. Thường là tạo nghiệp ác trong một đời thì cả trăm đời sau cũng chưa trả hết, quả thật là "không ngày chấm dứt". Cho nên đức Phật dạy đệ tử: "Tùy duyên dứt đi nghiệp cũ, đừng tạo thêm nghiệp mới." Ý nghĩa chính là ở chỗ này.

"Sống đời khốn khổ, ăn cỏ uống nước suối" là mô tả nỗi

khổ trong kiếp sống làm thân súc sinh.

3.3. Hiện nay đọa làm súc sinh, đều do gây nhân đời trước

Kinh văn

今世現有是輩畜獸，皆由前世得為人時，暴逆無道，陰害傷生，不信致此。世世為怨，還相報償，神同形異，罪深如是。

> *Kim thế hiện hữu thị bối súc thú, giai do tiền thế đắc vi nhân thời, bạo nghịch vô đạo, âm hại thương sinh, bất tín trí thử. Thế thế vi oán, hoàn tương báo thường, thần đồng hình dị, tội thâm như thị.*

Dịch nghĩa

> Đời nay nhìn thấy những loài súc sinh kia, thảy đều do đời trước lúc được làm người thì bạo nghịch, không đạo đức, ngấm ngầm giết hại mạng sống muôn loài, không có lòng tin nên dẫn đến như thế. Đời đời chịu sự oán thù, đền trả báo ứng. Thần thức chẳng khác mà phải mang thân súc sinh khác biệt, tội lỗi sâu nặng như vậy.

Đoạn kinh văn này, đức Phật vì chúng ta nói rõ nghiệp nhân trước đây của những loài súc sinh hiện nay, cũng chính là tổng kết lại đoạn thưa hỏi về trách nhiệm, quả báo của nghiệp giết hại sinh mạng.

"Đời nay nhìn thấy những loài súc sinh kia." Đây là

đức Phật nêu ra trường hợp các loài súc sinh, dã thú trong thế gian hiện tại. Bọn chúng vì sao phải rơi vào hoàn cảnh mang lông đội sừng khổ sở không chịu nổi như thế? Đó đều là do gây nhân đời trước, hoặc từ nhiều đời nhiều kiếp trước đây, vào "lúc được làm người" lại "bạo nghịch, không đạo đức, ngấm ngầm giết hại mạng sống muôn loài". Đó là ngấm ngầm ôm lòng độc ác, giết hại mạng sống chúng sinh. "Không có lòng tin" là nói không tin những lời răn dạy của thánh hiền, không tin lẽ nhân quả báo ứng. Do vậy mới tạo tác đủ mọi nghiệp tội, chiêu cảm quả báo khổ não hiện nay, nên nói "dẫn đến như thế".

"Đời đời chịu sự oán thù, đền trả báo ứng." Câu kinh này đức Phật nói rõ chân tướng của chúng sinh trong thế gian. Đức Phật có đủ năm thứ mắt (Phật nhãn, pháp nhãn, tuệ nhãn, thiên nhãn và nhục nhãn) sáng suốt trọn vẹn, nói ra lời chân chánh, đúng thật, không lừa dối người. Dưới mắt Phật nhìn thì con người với con người, người với muôn loài chúng sinh, người với muôn vật, trong thực tế đều bình đẳng không phân biệt.

Nhà Nho nói về chữ hiếu với chữ nhân. Chữ hiếu (孝) là hợp chữ lão (老) [bên trên] với chữ tử (子) [bên dưới] thành một thể, nên tuy hai mà không khác. Chữ nhân (仁) là chữ nhị (二) [bên phải] và chữ nhân (亻) [bên trái] hợp thành một chữ, chính là biểu ý tuy hai mà một.

Khổng tử nói: "Đạo của ta chỉ có một mà xuyên suốt khắp." Lại cũng nói: "Ta dùng một mà biết tất cả." Khổng tử nói "một" đó, chính như trong Phật pháp dạy là "nhất chân pháp giới", cũng là phù hợp với "bất nhị pháp môn".

Truyền thống văn hóa Trung Hoa lấy đức hiếu, đức nhân, "một" làm trọng tâm. Phật pháp Đại thừa lấy "nhất chân", "bất nhị" làm trọng tâm. Cho nên, bậc cổ đức dạy rằng: Hiểu được "một" thì mọi sự đều xong.

Kinh Pháp Hoa nói rằng: Phật ra đời vì "một" đại sự nhân duyên. Cho nên "một" là đại sự, "bất nhị" cũng là một. Lục tổ nói: "Có hai pháp [riêng rẽ] thì không phải Phật pháp. Phật pháp là pháp bất nhị, không phân biệt."

Hiếu là pháp bất nhị, đức nhân cũng là pháp bất nhị. Cho nên Phật pháp với văn hóa Trung Hoa là cùng điểm xuất phát, cùng một căn bản. Chính vì như vậy, [Phật giáo] mới có thể hòa hợp thống nhất với nền văn hóa Trung Hoa để sáng tỏa lan truyền, mà thành quả đạt được còn vượt xa hơn cả nơi phát tích là Ấn Độ.

Người đời không hiểu rõ được ý nghĩa này, không thấy được tướng thật của "bất nhị", của muôn pháp "nhất chân", nên luôn có những cảm giác, nhận hiểu như là mình đang bị thiệt thòi so với người khác, đang bị người khác chèn ép lấn lướt, đang bị người khác khinh chê xem thường, luôn cho rằng tài sản, vật chất của mình đang bị mất mát tổn hại, do đó mà tinh thần bất an, lo lắng sợ sệt, [lại cho rằng] hết thảy đều là do người khác, do hoàn cảnh bên ngoài gây ra.

Nhưng thật ra không phải vậy. Nếu như thấy biết được lẽ nhân quả báo ứng, đền trả trong ba đời, ắt sẽ tự nhiên hiểu rõ mọi việc. Trong thế gian này quả thật là không ai có thể lấn lướt chiếm phần hơn người khác, cũng không ai thực sự bị thua thiệt, bị lấn lướt. Đó là vì quả báo đền trả tương thông trong ba đời, chỉ cần có đủ nhân duyên hội tụ thì bất kể là ai cũng không thể né tránh. Né tránh được hôm nay cũng không tránh được ngày mai, tránh được trong đời này cũng không tránh được đời sau.

Kinh [Đại Bát Niết-bàn] dạy rằng: "Nghiệp đã tạo thành của hết thảy chúng sinh, dù trải qua trăm kiếp cũng chẳng mất đi. Khi có đủ nhân duyên hòa hợp thì quả báo phải tự mình nhận lãnh." Có câu rằng: "Thiện ác rốt cùng đều báo ứng, chỉ là sớm hoặc muộn mà thôi." Lại cũng nói: "Lưới trời lồng lộng, tuy thưa nhưng chẳng lọt." Vậy nên biết rằng, khổ vui trong ba cõi, thăng trầm trong sáu đường, hết thảy đều do tự tâm mình chiêu cảm lấy, không né tránh vào đâu được.

Trong miếu thờ thần Đông Nhạc có câu đối rằng:

"Dương thế gian ngoa, dối trá hại người tự mình biết.
Âm ty báo ứng, xưa nay một lẽ thoát được ai?"

Sao có thể không dũng mãnh sinh tâm hối cải, quay đầu là bờ? Lục tổ của Thiền tông dạy rằng: "Hết thảy ruộng phước đều ở ngay nơi mình." Kinh Phật dạy rằng: "Những điều lành dữ, họa phúc đều do tâm tạo ra." Lại nói rằng: "Tội phước đôi đường, khổ vui hai nẻo, hết thảy đều do ba nghiệp tạo ra, do tâm chiêu cảm. Nếu khởi sinh một niệm sân hận, tà dâm thì đó là nghiệp sinh địa ngục. Tham lam không bố thí là nghiệp sinh vào cảnh giới ngạ quỷ. Ngu si u ám là nghiệp sinh vào cảnh giới súc sinh. Cống cao ngã mạn là nghiệp sinh vào cảnh giới a-tu-la. Kiên trì giữ theo năm giới là nghiệp sinh vào cõi người. Tinh tấn tu hành mười điều lành là nghiệp sinh về cõi trời. Chứng ngộ nhân không là nghiệp Thanh văn, biết rõ tánh dứt lìa của muôn duyên là nghiệp Duyên giác. Tu tập sáu ba-la-mật là nghiệp Bồ Tát. Chân chánh từ tâm bình đẳng là nghiệp của Phật. Tâm thanh tịnh thì đài hương cây báu, cõi tịnh hóa sinh, tâm ô nhiễm thì gai góc, gò đống, cõi uế tạp thành. Hết thảy đều không phải trời sinh đất tạo, quả thật chỉ là do một niệm [thiện ác] vừa khởi đã tạo thành như vậy. Lìa bỏ nguồn tâm thì không còn tánh thể nào khác."

Ý nghĩa nhân quả đã thấu hiểu rõ ràng thì từ nay về sau phải luôn làm điều thiện với người, thành tựu điều tốt đẹp cho người, điều trái nghịch đến cũng vui lòng nhận chịu, bao dung tha thứ, nhẫn nhục nhu hòa, dứt sạch oán hờn, không nghĩ chuyện trả thù, tâm ý thanh tịnh trải lòng từ bình đẳng đến với hết thảy mọi người, như vậy mới có thể thực sự dứt trừ được tấn tuồng bi kịch "đời đời chịu sự oán thù, đền trả báo ứng". Nếu không chuyên cần tu tập như vậy, ắt phải chịu "oán thù đền qua trả lại", đời đời không dứt.

Kinh văn nói "thần đồng hình dị", thần là chỉ thần thức, người thế tục vẫn quen gọi là linh hồn. Nhưng thực ra hồn ấy [của người phàm tục] thường "mê" chứ chẳng "linh", cho nên, Khổng tử gọi là "du hồn" (hồn vất vưởng) cũng rất hữu lý. "Hình" là chỉ hình thể, thân xác của chúng sinh trong sáu đường luân hồi. Ý nghĩa của câu kinh này là hết thảy chúng sinh đều có đồng một thần thức như nhau, chỉ tùy theo nghiệp lực thiện ác đã tạo mà phải chịu cảnh luân hồi trong sáu đường, nhận chịu những quả báo khổ vui khác nhau, với hình thể thân xác muôn ngàn khác biệt. Đây chính là điều Khổng tử gọi là "vật thành do tinh khí, biến đổi do tinh thần". Đức Khổng tử sinh vào thời Phật pháp còn chưa truyền đến Trung quốc mà cũng đã có cùng một nhận thức như vậy, chính là vì chỗ thấy biết của các bậc thánh triết, về đại thể đều giống nhau.

"Tội lỗi sâu nặng như vậy" là lời tổng kết, nói rõ hết thảy chúng sinh tạo nghiệp ác trong sáu đường luân hồi, đặc biệt ba đường ác là khổ não nhất, khó thoát ra nhất, trong đó mối quan hệ với nghiệp giết hại sinh mạng là quan trọng nhất, kế tiếp là nghiệp trộm cướp. Chỉ cần hai tội này thôi là đã đủ để hình thành sự lưu chuyển trong ba đường ác, còn tạo thành thảm kịch oán thù đền trả qua lại không có ngày chấm dứt.

Đến đây là giảng giải xong phần thứ hai trong bản kinh này, nói về trách nhiệm, quả báo của việc giết hại sinh mạng. Phần kinh văn đã giảng qua, đại ý khuyên chúng ta ngăn dừng việc ác.

Phần tiếp theo giảng việc tu tập điều lành. Muốn tu tập điều lành ắt phải có thầy, do đó mà kinh văn chỉ dạy phương pháp theo thầy học đạo. Dưới đây sẽ giảng tiếp phần thứ ba của bản kinh này, đề cập đến vấn đề giáo dục.

Toàn bộ phần kinh văn này có 23 hàng, từ hàng cuối cùng của trang 4 đến hàng thứ ba của trang 7, chấm dứt ở câu "khả bất thận dã". Trong đoạn kinh văn này, chúng ta có thể thấy được tinh thần cũng như phương pháp giáo dục của bậc thánh triết từ ba ngàn năm trước thật rất đáng cho chúng ta học tập.

PHẦN III.
BỔN PHẬN CỦA THẦY VÀ ĐỆ TỬ

Phần này chia ra hai đoạn. Thứ nhất là bổn phận của thầy và đệ tử, thứ hai là sự hành trì của thầy và đệ tử.

1. Bổn phận của thầy và đệ tử

Đoạn này gồm ba ý chính. Thứ nhất là bổn phận của đệ tử, thứ hai là bổn phận của thầy, thứ ba là quả báo tội lỗi của đệ tử phản nghịch thầy.

1.1. Bổn phận của đệ tử

Phần này có ba ý. Thứ nhất, hỏi đáp về việc khởi tâm xấu ác với thầy hoặc người hiền thiện, kinh văn chia thành hai phần: hỏi và đáp. Thứ hai, nói thí dụ về việc khởi tâm xấu ác với thầy hoặc người hiền thiện. Thứ ba, nói việc trì giới cảm động lòng trời, cẩn thận chớ nên ganh ghét.

1.1.1. Khởi tâm xấu ác đối với thầy hoặc người hiền đức

a. Ngài A-nan thưa hỏi

Kinh văn

阿難復白佛言：世間人及弟子，惡意向師，及道德之人，其罪云何？

A-nan phục bạch Phật ngôn: Thế gian nhân cập đệ tử, ác ý hướng sư, cập đạo đức chi nhân, kỳ tội vân hà?

Dịch nghĩa

Ngài A-nan lại thưa hỏi: "Bạch Thế Tôn! Người đời hoặc các đệ tử nếu có ý xấu ác với thầy, hoặc với người có đạo đức, tội ấy như thế nào?"

Đoạn kinh văn này là lời ngài A-nan thưa hỏi. Ý nghĩa thưa hỏi rất rõ ràng là muốn thỉnh thị Phật chỉ dạy về bổn phận của người đệ tử đối với thầy.

Sách Luận ngữ nói: "Người quân tử chú trọng vào căn bản, căn bản được thiết lập thì đạo khởi sinh." Đó là nói con người có thể rõ biết bổn phận của mình, tận tâm làm hết trách vụ của mình ắt được gần với đạo. Điều này quả thật là vấn đề trọng yếu nhất trong giáo dục. Làm người, làm học trò, nhất định phải rõ biết bổn phận, chức trách của mình. Muốn rõ biết bổn phận, chức trách của mình thì trước hết phải nhận thức được mối quan hệ của giáo dục, của đạo thầy trò với cá nhân, với gia đình, với quốc gia, với xã hội. Nền giáo dục của đạo Phật cũng như của Nho gia đều lấy đức nhân từ, lấy hiếu đạo làm nền tảng căn bản ban đầu. Tinh tấn vươn lên đến cảnh giới hoàn thiện của chân thật, hiền thiện, tốt đẹp, trí tuệ thì gọi là thánh nhân, hoặc tôn xưng là Phật-đà. Cho nên, bậc cổ đức dạy rằng: "Đạo của học vấn chỉ là nhân từ mà thôi. Đạo của nhân từ chỉ là hiếu đễ mà thôi."

Giáo dục của Phật giáo, của Nho gia đều chính là giáo dục nhân từ, hiếu đạo, mà sự giáo dục cụ thể là tu dưỡng luân thường,[1] bát đức.[2] Người Trung quốc từ xưa đến nay học là học hiếu, học nhân; thực hành cũng là thực hành đạo hiếu, đức nhân; giáo dục cũng là giáo dục đức nhân, đạo hiếu, đem tâm "nhân, hiếu" đó phát triển lên đến tận cảnh giới tối cao, mở rộng ra đến người trong khắp thiên hạ đều là anh em, đều là bằng hữu.

Riêng Phật giáo còn tiến xa hơn bước nữa, đạt đến mức hòa nhập "nhất như" giữa thời gian và không gian, giữa tự ngã và muôn vật, nên "tình dữ vô tình đồng viên chủng trí", đến cảnh giới tột cùng trời đất muôn vật hợp thành một thể. Đó là đạt đến tận cùng của nhân, của hiếu, đạt đến tận cùng công năng của giáo dục, thành tựu trọn vẹn nhân cách vĩ đại không thể nghĩ bàn, tôn xưng là Phật.

Nền giáo dục của Nho gia đều là khởi đầu từ chỗ "cách vật, trí tri", đạt đến chỗ "thành ý, chánh tâm". Trong Phật pháp, việc dứt trừ phiền não cũng chính là công phu "cách vật", tu học pháp môn cũng chính là học vấn "trí tri". Trong Phật pháp Đại thừa, các pháp môn bố thí, trì giới, nhẫn nhục, tinh tấn, thiền định, thảy đều là pháp tu học cụ thể công phu "cách vật". Bát-nhã là trí tuệ cùng cực của "trí tri", là sự thành tựu viên mãn căn bản trí và hậu đắc trí.

Trực tâm và bình đẳng tâm là cực điểm của thành ý; thâm tâm, thanh tịnh tâm là cực điểm của chánh tâm, cực điểm của tu thân. Đại từ đại bi là cực điểm của tề gia, cực điểm của trị quốc, cực điểm của công bằng trong thiên hạ. Cho nên Nho đạo, Phật đạo, thiên đạo, nhân đạo đều cùng một thể, đều cùng một đạo, không phải hai đạo. Người nào

---

[1] Luân thường gồm ngũ luân và ngũ thường. Ngũ luân là năm mối quan hệ, gồm cha con, vợ chồng, vua tôi, thầy trò, bạn bè. Ngũ thường gồm nhân, nghĩa, lễ, trí, tín.

[2] Bát đức gồm 8 phẩm tính là trung, hiếu, nhân, ái, tín, nghĩa, hòa, bình.

tu tập chứng đắc trọn vẹn đạo này thì gọi là thánh nhân, gọi là Phật.

Nền giáo dục của Phật pháp Đại thừa lấy bốn vị Đại Bồ Tát làm trung tâm.

Thứ nhất là Bồ Tát Địa Tạng Vương, biểu trưng cho hiếu đạo, vì mặt đất có khả năng sinh sản và dưỡng nuôi muôn vật, hàm chứa muôn vật. Hiếu hạnh là nguồn gốc của muôn điều thiện, ẩn chứa năng lực đức hạnh vô tận, cho nên ví tâm hiếu như mặt đất. Đây là giáo trình phải tu học đầu tiên của Phật giáo. Bậc thầy dạy đạo cũng chính là Bồ Tát Địa Tạng.

Nền giáo dục của Nho gia xem trọng "trung hiếu", từ thuở ấu thơ đã có sự giáo dục căn bản về các phẩm tính chân thật, minh đức, phúc tuệ, so với nền giáo dục [biểu trưng của] Bồ Tát Địa Tạng là hoàn toàn tương đồng.

Thứ hai là Bồ Tát Quán Thế Âm biểu trưng cho lòng đại từ đại bi.

Thứ ba là Bồ Tát Văn Thù biểu trưng cho lý trí sáng suốt.

Nội dung giáo dục [được biểu trưng bởi] hai vị Bồ Tát này cũng tương thông với bốn đức "nhân, ái, tín, nghĩa" [của Nho gia].

Đức nhân là xem ta với người khác đồng một thể.

Đức ái là cung kính với hết thảy.

"Trung hiếu" là thể của giáo dục, "nhân ái tín nghĩa" là dụng của giáo dục. Đối xử với người, tiếp xúc muôn vật phải giữ lòng nhân ái. Lời nói ra có tín thì không dối lừa. Việc làm phải có nghĩa, có "nghĩa" là đem hết sức mình thi hành nghĩa vụ mà không cầu sự báo đáp, đền trả.

Bốn đức [nhân, ái, tín, nghĩa] vận dụng trong thời trai trẻ, là nền giáo dục tốt đẹp phục vụ xã hội, quốc gia, là sự vận dụng đồng thời từ bi và trí tuệ của Phật giáo, rộng làm lợi ích chúng sinh, chính là chỗ Nho gia gọi là "tại thân dân", là nền giáo dục dạy người tu phúc, tạo phúc.

Thứ tư là Bồ Tát Phổ Hiền tiêu biểu cho sự nỗ lực tu hành, thực hành đạo chân thật bình đẳng trong khắp hư không pháp giới, cũng giống như hai đức "hòa, bình" [của Nho gia]. Hòa là hằng thuận, tùy hỷ, cũng là đối với hết thảy các pháp đều có thể tùy thuận hòa hợp, là ý nghĩa tùy duyên. Bình là tâm và cảnh đều bình đẳng, là ý nghĩa bất biến. Đây chính là tông chỉ Bồ Tát Phổ Hiền dạy cho mọi người: "Hằng thuận chúng sinh, tùy hỷ công đức."

Nếu có thể tu dưỡng tính tình đạt đến hòa bình, hòa khắp mười phương, bình đẳng ba đời, cái học của thánh hiền đạt đến cực điểm là ở chỗ này. Từ đó mà khởi tâm động niệm, nói năng hành động không gì là không hợp với tánh thể. Đây cũng là đạt đến cảnh giới chí thiện, là chỗ hưởng thụ cao nhất, tốt đẹp nhất của đời người. Sự hưởng thụ này thực ra chính là nâng cao hai đức "hòa, bình" lên đến cực điểm mà chứng đắc, quả là nền giáo dục tốt đẹp, nền giáo dục để hưởng phúc.

Do đó có thể biết rằng, Nho giáo hay Phật giáo đều lấy "nhân, hiếu" làm căn bản. Nền giáo dục phúc trí của Trung Hoa chủ trương tuổi thiếu niên xây dựng nền móng, tuổi tráng niên nỗ lực tạo phúc, đến tuổi già thì hưởng phúc. Dùng cách giáo dục này để đạt đến mục tiêu chí thiện của xã hội luân thường, thế giới đại đồng.

Phần giảng giải trên đây cũng chỉ giới hạn trong chỗ thô thiển của nền giáo dục Nho giáo và Phật giáo, hy vọng nhân cơ hội này có thể giúp mọi người hiểu rõ thêm một chút về hai nền giáo dục này, thực sự hiểu ra được rằng đạo lớn của Nho, của Phật đều thực sự hữu ích cho đời sống của chúng ta. Được như vậy rồi mới có thể nói đến chuyện "tôn sư trọng đạo", mới hiểu được ý thú của đoạn kinh văn hỏi đáp này là nằm ở chỗ nào.

Bây giờ đi vào giải thích kinh văn. "Thế gian nhân" tức người đời, chỉ cho hết thảy những người bình thường. "Đệ tử" chỉ những người học sinh theo học với thầy.

"Ác ý" hay ý niệm xấu ác có nhiều nghĩa:

1. Chỉ sự khinh mạn.

2. Chỉ sự sân hận, giận tức.

3. Chỉ sự ghen ghét, ganh ty.

4. Chỉ sự phản bội, thay lòng đổi dạ.

5. Chỉ ý muốn hãm hại v.v...

Như trên đều là những ý niệm xấu ác nặng nề, đều là những ác hạnh.

"Đạo đức", theo sách Lễ Ký giải thích: "Đạo là thông hiểu danh xưng muôn vật, đức là thấu triệt lý lẽ. Bậc [đạo đức] lớn lao ắt trùm khắp bao la muôn sự, còn ở mức nhỏ hẹp thì có nhiều tài nghệ khéo léo."

Lại nữa, "đạo" là hết thảy thánh, phàm đều cùng hướng đến để đạt được. Vận dụng sự vật thường ngày đương nhiên không ra ngoài đạo. "Đức" là khi thực hành đạo có sự chứng đắc trong tâm, gọi là đức. Giới, định, tuệ của Phật giáo, ngũ thường, bát đức của Nho gia, thảy đều gọi chung là đức.

Đạo đức là căn bản quan trọng mà Nho giáo, Phật giáo đều dạy người dùng để lập thân. Đại sư Minh Giáo nói: "Không gì tôn quý hơn đạo, không gì tốt đẹp hơn đức. Đạo đức còn giữ được thì dù kẻ thất phu cũng chưa phải cùng khốn. (Ý nói biết sống nghèo vui đạo, hướng về chỗ tốt đẹp.) Đánh mất đạo đức rồi thì dù làm vua trong thiên hạ cũng không thông suốt. (Ý nói tuy là bậc thiên tử mà bạo ác còn hơn kẻ thất phu.)"

Hợp các ý trên mà nói thì những ai tu dưỡng giới định tuệ, hoặc nỗ lực thực hành hiếu, để, trung, tín, hết thảy các thiện hạnh, đều được gọi là người đạo đức.

Thầy dạy cùng với những người đạo đức là vật báu của xóm làng, vật báu của quốc gia, bởi vì họ là những người có đạo đức, học vấn, có thể cảm hóa người dân theo nền nếp tốt đẹp, tạo phúc cho địa phương, công đức hết sức lớn lao.

Câu hỏi của ngài A-nan nói rõ ý ra là: "Ví như có người, hoặc là có học sinh, khởi ý xấu ác đối với thầy dạy, hoặc đối với người có đạo đức, vậy thì tội lỗi ấy như thế nào?"

b. Đức Phật trả lời

Kinh văn

佛語阿難：夫為人者，當愛樂人善，不可嫉之。人有惡意，向道德之人善師者，是惡意向佛無異也。

> *Phật ngứ A-nan: Phù vi nhân giả, đương ái nhạo nhân thiện, bất khả tật chi. Nhân hữu ác ý, hướng đạo đức chi nhân thiện sư giả, thị ác ý hướng Phật vô dị dã.*

Dịch nghĩa

Phật dạy A-nan: "Làm người phải biết yêu thích điều thiện của người khác, không được ganh ghét. Người có ý xấu ác đối với người có đạo đức hay bậc thầy hiền thiện thì cũng không khác gì có ý xấu ác đối với Phật.

Trong phần trả lời của đức Thế Tôn, kinh văn có thể chia làm ba ý. Thứ nhất, trả lời câu hỏi về việc người có ý xấu đối với thầy hoặc người hiền thiện. Thứ hai, đưa ra thí dụ về việc có ý xấu ác đối với thầy hoặc người hiền thiện. Thứ ba, nói rõ việc người hành thiện giữ giới cảm động lòng trời, không thể sinh tâm ghen ghét.

Về tiêu chuẩn của "thiện", phần trước đây đã giảng giải rất nhiều. Những tiêu chuẩn, nguyên tắc quan trọng thiết yếu nhất chính là năm giới và mười điều lành trong Phật pháp, cũng như ngũ luân,[1] ngũ thường[2] và bát đức của Nho gia. Sách Lễ Ký nói rằng: "Tu sửa hành vi, lời nói đúng đắn, đó gọi là làm việc thiện." Đại sư Trung Phong dạy rằng: "Việc làm lợi ích cho người khác là thiện, việc giành lấy lợi riêng cho mình là ác. Việc làm lợi ích cho người thì dù đánh đập mắng chửi người cũng vẫn là việc thiện. Việc giành lấy lợi riêng cho mình thì dù cung kính lễ độ với người cũng vẫn là việc ác."

Cho nên, người làm việc thiện lợi ích cho người khác ắt là công bằng vô tư, không có ý riêng. Công bằng vô tư là việc thiện chân thật. Giành lấy lợi riêng cho mình ắt không có sự vô tư, chỉ nghĩ cho riêng mình. Nghĩ cho riêng mình [thì dù làm việc thiện cũng chỉ] là việc thiện giả dối.

Người xưa dạy rằng: "Người làm việc thiện, không xét riêng trong hiện tại mà xét ở sự lưu truyền rộng khắp, không xét chỗ nhất thời mà xét ở tác động lâu dài, không xét riêng cho một người mà xét ở [tác động với] cả thiên

---

[1] Ngũ luân là năm mối quan hệ, gồm cha con, vợ chồng, vua tôi, thầy trò, bạn bè.

[2] Ngũ thường gồm nhân, nghĩa, lễ, trí, tín.

hạ. Việc trong hiện tại tuy là thiện, nhưng khi truyền rộng có thể làm hại nhiều người, như vậy tuy giống như thiện nhưng thật không phải việc thiện. Việc trong hiện tại tuy bất thiện, nhưng khi truyền rộng có thể lợi ích cứu vớt nhiều người, như vậy tuy không phải thiện nhưng quả thật chính là việc thiện."

Tiên sinh Viên Liễu Phàm dạy rằng: "Người hiền lương trong thôn xóm thường rất ít, mà những kẻ xấu ác lại rất nhiều. Cho nên, người hiền lương ở đời thường rất khó tự mình đứng vững. Hơn nữa, những kẻ tài ba xuất chúng thường cương trực thẳng thắn, không quá chú trọng đến dáng vẻ bên ngoài, do đó thường dễ bị người đời chỉ trích. Vì thế, việc thiện ở đời thường dễ thất bại, mà người làm việc thiện lại thường bị người đời chê bai phỉ báng. Chỉ những bậc nhân hậu hơn người mới ra sức giúp đỡ, trợ lực [cho người làm việc thiện], cho nên công đức ấy thật hết sức lớn lao."

Do đó có thể thấy rằng, người hiền thiện thì tâm thiện, việc làm thiện, lời nói việc làm của họ cũng đủ để giáo hóa cả một vùng, vì mọi người mà chăm sóc dạy bảo, làm thay đổi tốt đẹp phong tục tập quán, an định xã hội, đem lại hạnh phúc lợi lạc cho đất nước. Họ cũng giống như ngọn đèn sáng soi trên con đường tăm tối, như kim la bàn chỉ phương hướng trong cuộc hải trình, không thể để mất đi. Cho nên, làm người phải thường giữ tâm hiền thiện làm việc tốt cho người, thành tựu điều tốt đẹp cho người, nhất định không được ghen ghét ganh tỵ với người hiền thiện, gây chướng ngại người khác làm việc tốt.

[Kinh văn nói:] "Người có ý xấu ác đối với người có đạo đức hay bậc thầy hiền thiện thì cũng không khác gì có ý xấu ác đối với Phật."

Một câu kinh này, nếu là người không học Phật thì không thể nào hiểu ra được quả báo nghiêm trọng nói đến trong đó. Công đức của Phật thật không gì có thể so sánh được, không thể nói hết, không thể nghĩ bàn, bởi vì phạm vi ảnh hưởng giáo hóa của đức Phật là đồng pháp tánh, bao trùm khắp pháp giới. Cho nên, trong phần trước ngài A-nan có tôn xưng Phật là bậc Thiên Trung Thiên. Phật là bậc đạo sư của 9 pháp giới. Chúng sinh nếu có ý xấu ác đối với Phật, quả báo ắt phải đọa vào địa ngục Vô gián, rất khó ra khỏi. Thấy rõ được ý nghĩa này thì mới hiểu ra được tính nghiêm trọng trong câu kinh Phật vừa rồi.

Thế nhưng, những "người có đạo đức hay bậc thầy hiền thiện" xét cho cùng đều không phải là Phật, vì sao có ý xấu ác đối với họ lại phải chịu quả báo khổ não cũng tương tự như vậy? Nên biết rằng, khởi ý xấu ác đối với những bậc thầy hiền đức, thiện lương, đó chính là tội hủy diệt giáo pháp, gây hại cho chúng sinh. Thân mạng của chúng ta có được là từ cha mẹ, còn tuệ mạng có được là nhờ thầy. Cho nên, ân đức của thầy cũng bằng như cha mẹ. Sách Lễ Ký nói rằng: "Đạo thờ thầy không có gì được giấu giếm, không làm trái lời thầy, thường hầu hạ bên cạnh thầy, phụng sự đến khi thầy qua đời, để tang trong lòng ba năm." Cũng chính là ý nghĩa này.

Lại nói về những bậc thầy hiền đức, thiện lương, tâm hạnh của họ đều tương ưng với tâm hạnh của Phật, chư thiên, thiện thần không một vị nào là không tôn sùng, ủng hộ, theo học với họ. Công lao của họ lớn như tạo hóa, làm lợi ích rộng khắp chúng sinh, cho nên quả báo [khởi tâm xấu ác đối với họ] cũng giống như [khởi tâm xấu ác] đối với Phật, không có gì khác.

1.1.2. Phật nói thí dụ về việc khởi tâm xấu ác đối với thầy hoặc người hiền đức

Kinh văn

寧持萬石弩自射身，不可惡意向之，佛言：阿難，自射身為痛不？」阿難言：甚痛，甚痛！世尊。」佛言：人持惡意，向道德人，其善師者，痛劇弩射身也。」

"Ninh trì vạn thạch nỗ tự xạ thân, bất khả ác ý hướng chi." Phật ngôn: "A-nan, tự xạ thân vi thống phủ?" A-nan ngôn: "Thậm thống, thậm thống! Thế Tôn." Phật ngôn: "Nhân trì ác ý hướng đạo đức nhân, kỳ thiện sư giả, thống kịch nỗ xạ thân dã."

Dịch nghĩa

"Thà dùng cây nỏ cực mạnh tự bắn vào thân mình còn hơn là khởi tâm xấu ác đối với bậc thầy hoặc người đạo đức." Phật hỏi: "A-nan, tự bắn vào thân mình có đau hay không?" A-nan thưa: "Bạch Thế Tôn! Rất đau, rất đau." Phật dạy: "Người có ý xấu ác đối với người đạo đức hoặc bậc thầy hiền lương, phải chịu đau đớn còn hơn là dùng nỏ tự bắn vào thân mình."

Đây là ý thứ hai của đoạn kinh văn này, nêu ra một tỷ dụ về việc khởi tâm xấu ác đối với thầy. Kinh văn hết sức rõ ràng dễ hiểu. Đức Phật dạy rằng: "Thà chịu dùng cây nỏ cực mạnh tự bắn vào thân mình, chứ không thể khởi ý xấu ác đối với bậc thầy hoặc người có đạo đức."

[Kinh văn dùng chữ *"vạn thạch nỗ"* (cây nỏ muôn thạch).] Theo đơn vị thời xưa thì 120 cân là một thạch, nói muôn thạch là để hình dung sức mạnh của cây nỏ, bắn ra được rất xa. Nỏ là một loại cung có thêm thiết bị, có thể bắn ra [liên tục] được rất nhiều mũi tên. Đây là một loại võ khí có nhiều lợi thế vào thời xưa. Hàm ý trong lời khuyên răn này của đức Phật hết sức sâu xa, chúng ta có thể tưởng tượng ra được. Ba câu tiếp theo đều là tỷ dụ. Đức Phật hỏi ngài A-nan: Dùng cây nỏ có sức mạnh như vậy tự bắn vào thân mình có đau hay không? Ngài A-nan đáp rằng: Bạch Thế Tôn, như vậy rất đau, rất đau. Đức Phật liền đưa ra tỷ dụ: Nếu có người khởi tâm xấu ác đối với bậc thầy hoặc người đạo đức, tương lai phải chịu quả báo đau đớn thống khổ còn vượt xa hơn nhiều so với sự đau đớn của việc dùng nỏ bắn vào thân mình. Đó là vì, dùng nỏ bắn vào thân mình chỉ đau trong nhất thời, chỉ đau trong một đời này, còn nỗi đau đớn khổ não đọa vào địa ngục thì trải qua muôn ngàn năm, mong được ra khỏi cũng không thể được, [nỗi đau của việc] dùng nỏ bắn tên vào thân mình làm sao có thể so sánh được?

Vì vậy, xin khuyên hết thảy mọi người, không được khởi ý xấu ác đối với bậc thầy hoặc người đạo đức, hiền thiện.

1.1.3. Giữ giới cảm động đến trời, cẩn thận đừng ganh ghét

Kinh văn

為人弟子，不可輕慢其師，惡意向道德人，當視之 如佛，不可輕嫉，見善代 其歡喜。人有戒德者，感動 諸天，天龍鬼神，莫不敬尊，寧投身火中，利劍割肉，慎莫嫉妒人之善，其罪不小，慎之慎之。

Vi nhân đệ tử, bất khả khinh mạn kỳ sư, ác ý hướng đạo đức nhân, đương thị chi như Phật, bất khả khinh tật, kiến thiện đại kỳ hoan hỉ. Nhân hữu giới đức giả, cảm động chư thiên, thiên long quỷ thần, mạc bất kính tôn, ninh đầu thân hỏa trung, lợi kiếm cát nhục, thận mạc tật đố nhân chi thiện, kỳ tội bất tiểu, thận chi thận chi.

Dịch nghĩa

Làm người đệ tử không thể xem thường khinh rẻ thầy, khởi tâm xấu ác đối với người đạo đức, phải xem các vị ấy như Phật, không được xem thường, ganh ghét, thấy điều thiện hoan hỷ thay cho người. Người có giới hạnh đức độ cảm động đến chư thiên, trời rồng quỷ thần đều tôn kính. Thà nhảy vào trong lửa dữ hay để cho đao kiếm cắt xẻo thịt [còn hơn là] ganh ghét với điều thiện của người khác, tội ấy không nhỏ, phải hết sức thận trọng.

Đoạn kinh văn này là ý thứ ba, nói rõ rằng tâm thiện, việc làm thiện cảm động đến thiên thần, thận trọng không được ganh ghét. Trong kinh Phật dạy rằng, làm người đệ tử tuyệt đối không thể xem nhẹ khinh thường bậc thầy của mình, cũng không được khởi ý xấu ác đối với người đạo đức, nên xem thầy và những bậc đạo đức cũng giống như Phật, Bồ Tát, không thể khinh thường, không thể ganh ghét.

Câu "thấy điều thiện hoan hỷ thay cho người" là nói tu tập tùy hỷ công đức. Hơn nữa còn phải hết lòng hết sức giúp đỡ hỗ trợ cho việc thành tựu thiện hạnh. Thân cung kính, miệng tán dương, ý vui mừng, tài vật cúng dường, đó là hỗ trợ thành tựu thiện hạnh, công đức cũng bằng như người làm thiện hạnh ấy. Ví như công năng lợi ích của cái đồng hồ là ở nơi cây kim chỉ giờ, nhưng tất cả những linh kiện làm thành cái đồng hồ đều góp phần tạo ra công năng lợi ích đó. Làm điều thiện cho người, thành tựu điều tốt đẹp cho người, công đức cũng như vậy không khác, vì sao chúng ta lại không chịu làm?

Đức Phật lại dạy rằng: "Người nào có thể nghiêm trì giới luật thì đức hạnh cảm động đến chư thiên, được các vị thần minh tôn trọng." Giống như trường hợp ngài Luật sư Đạo Tuyên[1] vào đời Đường, [đức hạnh] cảm động đến thái tử của Thiên Vương Bác-xoa theo làm thị vệ.

Kinh Hoa Nghiêm dạy rằng: "Nếu có thể nghiêm trì đầy đủ giới luật thanh tịnh ắt sẽ được các đấng Như Lai đều ngợi khen xưng tán." Cho nên, hết thảy quỷ thần đều tự nhiên cung kính theo bảo vệ, giúp đỡ người trì giới như vậy.

Phật lại dạy rằng: "Thà tự mình nhảy vào lửa dữ mà chết, hoặc để cho đao kiếm cắt xẻo mà chết, cũng không cho là khổ, mà phải hết sức cẩn thận không dám khởi tâm ganh ghét người hiền việc lành, vì tội lỗi đó thật không

---

[1] Ngài Đạo Tuyên sinh năm 596, mất năm 667, là Sơ tổ của phái Luật tông Nam Sơn, cùng thời đại với ngài Huyền Trang (602-664). Ngài có soạn thuật ba bộ sách nổi tiếng là Tứ phần luật san phồn bổ quyết hành sự sao (四分律刪繁補闕行事鈔), Tứ phần luật hàm chú giới bản sớ (四分律含註戒本疏) và Tứ phần luật tùy cơ yết ma sớ (四分律隨機羯磨疏), được người đời tôn xưng là Nam Sơn Tam đại bộ (南山三大部).

nhỏ." Trong sách *Thích môn tự kính lục*[1] có phần thứ tư là Đố hiền tật hóa, kể lại chi tiết những trường hợp báo ứng, quý vị có thể tham khảo.

1.2. Bổn phận của thầy dạy

Phần này có ba ý. Thứ nhất là hỏi đáp về việc thầy la mắng đệ tử. Thứ hai, dạy học trò phải theo quy phạm chân chánh, không gây sự oán hận tranh kiện. Thứ ba là răn dạy cả thầy và học trò chớ nên phỉ báng.

1.2.1. Hỏi đáp về việc thầy la mắng đệ tử

Kinh văn

阿難復白佛言：為人師者，為可得呵過弟子，不從道理，以 有小過，遂之成大，可無罪不？佛言：不可不可，師弟子義，義感自然，當相訊厚，視彼如已。

A-nan phục bạch Phật ngôn: Vi nhân sư giả, vi khả đắc ha át đệ tử, bất tùng đạo lý, dĩ hữu tiểu quá toại chi thành đại, khả vô tội phủ? Phật ngôn: Bất khả bất khả, sư đệ tử nghĩa, nghĩa cảm tự nhiên, đương tương tấn hậu, thị bỉ như kỷ.

---

[1] Thích môn tự kính lục (釋門自鏡錄), 2 quyển, do ngài Hoài Tín (懷信) soạn vào đời Đường, được đưa vào Đại Chánh tân tu Đại Tạng Kinh, thuộc Tập 51, kinh số 2083. Phần thứ tư được Hòa thượng đề cập đến là Đố hiền tật hóa lục tứ (妬賢嫉化錄四), bắt đầu từ trang 806, tờ c, dòng thứ 7.

Dịch nghĩa

> Ngài A-nan lại bạch Phật: "Làm thầy có thể la mắng đệ tử không dựa theo đạo lý, từ lỗi nhỏ nhặt mà cho là lớn, như thế mà lại không có tội được chăng?" Phật dạy: "Không thể được, không thể được. Nghĩa thầy trò là tự nhiên đồng cảm, phải thường thăm hỏi quan tâm sâu sắc đến nhau, xem nhau như một."

Đây là ý thứ nhất [của đoạn kinh này]. Vấn đề này được nêu ra thưa hỏi rất hay, đặc biệt là trong thời mạt pháp, trong xã hội hiện đại này, làm một vị thầy giỏi, tốt đẹp, thiện lương, sáng suốt, trong thực tế cũng không phải dễ dàng.

Nền giáo dục trong thời hiện đại so với thời xưa đã phổ cập hơn rất nhiều, trường lớp nhiều hơn, học sinh nhiều hơn, thầy dạy cũng nhiều hơn. Nhớ lại những trường học trong thời kháng chiến,[1] toàn bộ cả học sinh và thầy dạy trong một trường học rất ít, không quá ngàn người. Một lớp học nhiều lắm cũng không quá ba, bốn mươi người, lớp nào ít thì chỉ khoảng mười mấy học sinh mà thôi, thầy dạy rất dễ dàng quan sát, chú ý đến học sinh, thầy trò thân thiết như cha con, suốt đời luôn nhớ đến nhau không lúc nào quên. Đến như việc thầy xử phạt học sinh không đúng tình đúng lý thì quả thật rất hiếm thấy.

Trong trường học hiện nay thì những sự việc như thế, hoặc từng nghe nói đến, cũng không thể xem là chuyện mới đây, bởi vì xa xưa đến ba ngàn năm trước mà trong việc dạy học đã thực sự phát sinh những chuyện như thế rồi, cho nên Tôn giả A-nan mới nêu ra để thưa hỏi Phật.

Ngài A-nan nói: Một người làm thầy dạy người khác, có

---

[1] Thời kháng chiến được Hòa thượng đề cập ở đây có lẽ là cuộc kháng chiến chống Nhật của Trung Hoa (1937-1945).

thể nào tùy ý la mắng, quở trách, áp chế học trò mà không cần phải y theo đạo lý thích hợp hay chăng? Hoặc khi học trò phạm lỗi nhỏ nhặt lại cố ý nhấn mạnh thái quá thành lỗi lớn, người thầy như vậy có tội hay chăng?

Phật dạy: Không thể như vậy, không thể như vậy. Làm thầy không thể tùy tiện la mắng, quở trách, xử phạt học trò, cũng không thể đem lỗi nhỏ của học trò mà phóng đại thành lỗi lớn.

"Nghĩa thầy trò là tự nhiên đồng cảm" là ý nói tình nghĩa, ân đức giữa thầy trò với nhau phải hợp tính đức, thuận theo tự nhiên. Trong lúc gần gũi nhau, tình nghĩa, ơn đức giao cảm nhau như tình cốt nhục, cho nên phải thường thăm hỏi, quan tâm sâu sắc đến nhau. Học trò đối với thầy phải xem như cha mẹ, thầy đối với học trò phải thương yêu như con cái.

Đức Phật thường dạy chúng ta phải từ bi, thương yêu bảo vệ hết thảy chúng sinh. Làm bậc cha mẹ, thầy dạy, phải thường đem những kinh nghiệm thiếu sót trong đời mình, những điểm sai lầm, những lần thất bại, dạy dỗ truyền trao lại, nói rõ cho con cái, cho học trò được biết. Đó gọi là "xem theo vết xe đi trước, xe sau biết lỗi mà tránh". Như vậy hy vọng thế hệ đi sau sẽ không bao giờ mắc phải những lỗi lầm như người đi trước, thì sự thành tựu của thế hệ đi sau mới có thể vượt hơn thế hệ đi trước, so với thế hệ trước càng được hạnh phúc hơn, mỹ mãn hơn, càng vĩ đại hơn. Như vậy mới thực sự là thương yêu bảo vệ con cái, học trò. Ngược lại, người làm con hay học trò cũng nhất định phải nhận biết rõ được ơn đức của bậc cha mẹ, thầy dạy.

1.2.2. Dạy học trò phải theo quy phạm chân chánh, không gây sự oán hận tranh kiện

Kinh văn

黜之以理，教之以道，己所不行，勿施於人，弘崇禮律，不使怨訟。

Truất chi dĩ lí, giáo chi dĩ đạo, kỷ sở bất hành, vật thi ư nhân, hoằng sùng lễ luật, bất sử oán tụng.

Dịch nghĩa

Trách phạt phải theo lý, dạy bảo phải theo đạo, việc không tốt cho mình thì đừng làm cho người khác, tôn trọng rộng truyền lễ luật, không gây ra sự oán hận, tranh tụng.

Đây là ý thứ hai của đoạn kinh văn này, nói rõ việc thầy dạy dỗ học trò phải theo quy củ chính đáng, không để học trò phải ôm lòng oán hận.

"Trách phạt phải theo lý." Khi học trò phạm phải lỗi lầm cần phải trách phạt, vị thầy có thể trách phạt nhưng tuyệt đối không được vì tức giận mà tùy tiện xử phạt một cách vô lý. Việc trách phạt phải dựa trên căn bản lòng thương yêu, chỉ vì mục đích muốn cho học trò biết lỗi để có thể sửa chữa, như vậy thì không gì tốt hơn.

"Dạy bảo phải theo đạo." Con người sở dĩ khác với cầm thú chính là vì con người có thể hiểu biết sáng tỏ đạo lý. Lý hay chân lý, thiên lý, tính lý, hoặc lý tự nhiên, đều là đạo lớn mà xưa nay các bậc hiền thánh tuân theo. Nho gia gọi là ngũ luân, ngũ thường, bát đức, cố gắng giữ đạo thường, hết sức lo phận sự, ngăn điều tà vạy, giữ tâm chân thành; trong Phật pháp thì là năm giới, mười điều lành, hai môn học (định, tuệ), ba loại tuệ (văn, tư, tu), sáu ba-la-mật, nhất tâm, tâm ý sáng rõ thấy được tự tánh, vào pháp môn không phân biệt, đó là dạy dỗ theo đạo lớn.

Người có thể làm theo đạo lớn thì khi có phát minh khoa học kỹ thuật, tất nhiên đều có thể tạo phúc cho người đời, không chấp nhận chế tạo những thứ vũ khí giết người, hủy diệt thế giới, tạo vô biên tội nghiệp. Do vậy, con người nếu được giáo dục thì nhất định phải tiếp nhận một nền giáo dục dựa theo đạo làm người, dựa theo lẽ trời, một nền giáo dục song song tu dưỡng phúc đức và trí tuệ để có thể làm người tốt, làm việc tốt, lợi mình lợi người, lợi ích cho quốc gia, dân tộc.

"Việc không tốt với mình thì đừng làm cho người khác, tôn trọng rộng truyền lễ luật." Nhà Nho gọi là lễ, nhà Phật gọi là luật, đó là sự thực hành triết học, là thực tiễn của đạo lớn, là sự hưởng thụ hạnh phúc chân thiện mỹ hóa, những điều mà chư Phật Bồ Tát, tất cả các bậc thánh triết đều hết sức tôn trọng rộng truyền khắp chốn. Trong quá khứ, Trung quốc từng được xưng tụng là nước có lễ nghĩa, cũng được khen là đất nước tôn trọng lễ luật, là khuôn mẫu mô phạm cho những nước khác. Xã hội nào tôn trọng rộng truyền lễ luật thì nhất định đó là một xã hội thực sự an hòa lợi lạc.

"Lễ luật" là sự giáo dục đức hạnh, là sự giáo dục căn bản. Nhớ lại trong quá khứ, nền giáo dục cho trẻ còn thơ dại chỉ dạy những việc rẩy nước quét sân, chào khách, tụng đọc thuộc lòng. Nhà Phật [dạy người mới học] tất phải qua 5 năm học giới, tụng kinh luận, phụng sự các bậc trưởng thượng. Như vậy đều là tu học căn bản lễ luật.

Nền tảng căn bản ấy được sâu vững rồi thì lợi lạc hưởng suốt đời không hết, chẳng phải là phát đạt lắm sao? Khi nhân duyên đầy đủ, tiến tới có thể làm lợi ích hạnh phúc cho quốc gia, xã hội; có thể vì các bậc Nho tông, Phật tổ mà giáo hóa chúng sinh, tâm được an ổn, lý lẽ nhận hiểu rõ ràng, làm sao có chuyện bất bình hờn oán? Khổng tử nói: "Người khác không biết [đến mình] mà không hờn oán, chẳng phải là bậc quân tử đó sao?" Học vấn đạt đến mức này thì gọi là đã được đạo.

Huống chi, lễ luật là nền tảng căn bản ban đầu của đạo lớn, lễ phải hòa hợp, luật phải nghiêm minh, trong việc giáo dục cũng phải khoan hòa nghiêm cẩn thì mới đạt được đến mức "Học được rồi thường mang ra ứng dụng, chẳng phải vui lắm sao?"[1]

1.2.3. Răn dạy cả thầy và trò đều chớ nên phỉ báng

Kinh văn

弟子亦爾，二義真誠，師當如師，弟子當如弟子，勿相誹謗，含毒致怨，以小成大，還自燒身。

> *Đệ tử diệc nhĩ, nhị nghĩa chân thành, sư đương như sư, đệ tử đương như đệ tử, vật tương phỉ báng, hàm độc trí oán, dĩ tiểu thành đại, hoàn tự thiêu thân.*

Dịch nghĩa

Người học trò cũng phải như vậy. Tình nghĩa đôi bên đều chân thành, thầy cho ra thầy, trò cho ra trò, đừng

---

[1] Đây là dẫn lời Khổng tử trong sách Luận ngữ, thiên Học nhi: "學而時習之，不亦悅乎。- Học nhi thời tập chi, bất diệc duyệt hồ?"

chê bai phỉ báng lẫn nhau, ngậm độc gây oán, biến nhỏ thành lớn, rốt lại là tự thiêu thân mình.

Đây là ý thứ ba trong đoạn kinh văn này, đức Phật răn nhắc khuyên dạy cả đôi bên thầy và trò đều không nên chê bai phỉ báng lẫn nhau.

"Người học trò cũng phải như vậy." Câu này nói kẻ làm học trò cũng phải tuân theo lễ luật, tôn sư trọng đạo, thầy và trò đều giữ nghĩa chân thành, thầy ra thầy, trò ra trò, mỗi người đều phải giữ theo bổn phận của mình, muôn ngàn lần cũng không được chê bai phỉ báng lẫn nhau.

"Ngậm độc gây oán" là nói người làm học trò ôm lòng xấu ác đối đãi với bậc thầy thiện lương hoặc người có đạo đức.

"Biến nhỏ thành lớn" là nói người làm thầy tuyệt đối không thể vì học trò phạm lỗi nhỏ nhặt mà tô vẽ khuếch đại cho thành tội lớn lao.

Nếu như thầy trò đều có ý xấu ác với nhau, kết quả chịu tai hại chính là bản thân mình. Đức Phật dạy "rốt lại là tự thiêu thân mình".

Người xưa nói: "Xem bạn hữu của một người thì biết được về người ấy, xem người thầy thì biết được về học trò, xem học trò thì biết được về người thầy." Điều này nhất định là có ý nghĩa. Lại có câu: "Thường nói chuyện thị phi thì tự mình thành người thị phi." Tiên sinh Dương Minh nói: "Bạn bè giao du với nhau, thường thấy chỗ không đúng của chính mình thì tự nhiên âm thầm chuyển hóa được chỗ không đúng của người." Trong phương pháp học tập, trước tiên phải tìm cho ra chỗ không đúng của mình, như vậy mới có thể tiến bộ được nhiều.

1.3. Quả báo tội lỗi của đệ tử phản bội thầy

Kinh văn

為人弟子當孝順於善師，慎莫舉惡意向師。惡意向師是惡意向佛、向法、向比丘僧、向父母無異，天所不覆，地所不載。

> *Vi nhân đệ tử đương hiếu thuận ư thiện sư, thận mạc cử ác ý hướng sư. Ác ý hướng sư thị ác ý hướng Phật, hướng pháp, hướng tỳ-kheo tăng, hướng phụ mẫu vô dị, thiên sở bất phú, địa sở bất tải.*

Dịch nghĩa

> Làm người học trò phải hiếu thuận với thầy, cẩn thận không được khởi tâm xấu ác đối với thầy. Khởi tâm xấu ác đối với thầy cũng giống như khởi tâm xấu ác đối với Phật, đối với pháp, đối với tỳ-kheo tăng, đối với cha mẹ không khác. Đây là tội lỗi mà trời đất chẳng dung tha.

Đoạn kinh văn này là tổng kết lời đáp của Phật về bổn phận dạy dỗ của thầy, nói rõ quả báo tội lỗi của những kẻ phản thầy trái đạo.

Bậc cổ đức dạy rằng: "Quy y Phật không đọa địa ngục, quy y Pháp không đọa ngạ quỷ, quy y Tăng không đọa súc sinh." Vì sao vậy? Vì Phật là bậc Vô thượng Y Vương, Pháp là thuốc hay trừ bệnh, Tăng là những bậc tri thức đạo đức, hết thảy đều là những mảnh ruộng phước chân thật thanh tịnh, trái nghịch là tà vạy, thuận theo là chân chính. Nếu muốn đắc đạo, phải y theo lời Phật. Trái lời Phật mà đắc đạo là điều vô lý.

Phật dạy: "Hết thảy chúng sinh, nếu không quy y Tam bảo thì muôn kiếp phải đọa trong ba đường ác."

Lục Tổ Đại Sư Huệ Năng nói: "Phật là giác ngộ, Pháp là chân chính, Tăng là thanh tịnh. Quy y với giác ngộ là bậc phước tuệ đầy đủ, Quy y với chân chánh là bậc lìa xa các dục. Quy y với thanh tịnh là bậc cao quý trong chúng hội."

Lại nói: "Từ nay về sau, tôn bậc giác ngộ làm thầy, tà mê chẳng sanh, ít ham muốn, biết đủ, có thể lìa bỏ của cải, sắc dục, gọi là Lưỡng túc Tôn. Tự tâm quy y chân chánh, mỗi niệm chẳng có tà kiến. Chẳng có tà kiến, nên chẳng chấp việc có ta, có người, không cống cao, tham ái, chấp trước, gọi là Ly Dục Tôn. Tự tâm quy y thanh tịnh, hết thảy cảnh giới trần lao ái dục đều không vướng nhiễm, gọi là bậc cao quý trong đại chúng. Nếu tu theo hạnh này tức là tự quy y, lấy tự tính Tam bảo thường tự chứng minh."

Lại nói: "Kẻ phàm phu chẳng hiểu, ngày đêm thọ Tam quy Ngũ giới. Nếu nói quy y Phật, hỏi Phật ở đâu? Nếu chẳng thấy Phật thì nương vào đâu mà quy? Nói vậy thành ra hư vọng. Các vị thiện tri thức! Mỗi người nên tự suy xét, đừng dụng tâm sai lầm. Trong kinh nói rõ là 'tự quy y Phật', chẳng nói 'quy y với Phật nào khác'. Phật nơi tự tâm mình chẳng quy y thì không còn có chỗ nào khác để nương dựa. Nay đã tự tỉnh ngộ, mọi người nên quy y với Tam bảo nơi tự tâm mình. Trong thì điều phục tâm tánh, ngoài thì kính trọng người khác, đó chính là tự quy y."

Định nghĩa về Tam bảo, cũng như ý nghĩa thế nào gọi là quy y, trong Đàn kinh Lục Tổ Đại Sư đã vì chúng ta nói ra thật rõ ràng minh bạch và tường tận như vậy, để giúp chúng ta tin sâu lời Phật đúng thật không dối lừa.

Thân mạng của chúng ta có được từ cha mẹ, tuệ mạng của chúng ta có được từ thầy. Cho nên, học trò phải đem tâm hiếu thuận với cha mẹ mà hiếu thuận với thầy, phải hết sức chú tâm thận trọng, không được khởi tâm xấu ác đối với thầy. Nếu thật khởi tâm xấu ác đối với thầy thì cũng giống như khởi tâm xấu ác đối với Phật, Pháp, Tăng, đối với cha mẹ, hoàn toàn không khác, ắt bị quỷ thần ghét bỏ, trời đất chẳng dung tha.

Trong phần Đức Phật trả lời câu hỏi về bổn phận của thầy và học trò, kinh văn đến đây là hết phần thứ nhất.

2. Sự hành trì của thầy và trò

Đoạn này có hai ý chính. Thứ nhất là nói về sự xấu ác phát triển mạnh trong thời mạt thế. Thứ hai là nói về những gì nên làm.

2.1. Sự xấu ác phát triển mạnh trong thời mạt thế

Phần này có ba ý. Thứ nhất là nói bốn việc xấu ác của người đời. Thứ hai là nói những tỳ-kheo gây tổn hại đến người khác. Thứ ba là nói những tỳ-kheo gây tổn hại cho chính mình.

2.1.1. Bốn việc xấu ác của người đời

Kinh văn[1]

---

[1] Phần kinh văn này khi so sánh với bản Phật thuyết A-nan vấn sự Phật cát hung kinh (số 492a) thì nội dung có khác biệt: 觀世惡人魔比丘輩，師不如師、弟子非如弟子，但共為惡不念行道。沮壞善者貪慕俗業，不計無常積財自喪，死墮惡趣餓鬼畜生，未嘗有是相視若牛，於世 何求念報佛恩？- (Quán thế ác nhân ma tỉ-khâu bối, sư bất như sư, đệ tử phi như đệ tử, đãn cộng vi ác bất niệm hành đạo. Trở hoại thiện giả tham mộ tục nghiệp, bất kế vô thường tích tài tự táng, tử đoạ ác thú ngạ quỷ súc sinh, vị thường hữu thị tướng thị nhược ngưu, ư thế hà cầu niệm báo Phật ân?)

觀末世人，諸惡人輩，不忠、不孝，無有仁義，不順人道。

Quán mạt thế nhân, chư ác nhân bối, bất trung, bất hiếu, vô hữu nhân nghĩa, bất thuận nhân đạo.

Dịch nghĩa

Quán sát người trong đời mạt thế, những kẻ xấu ác là bất trung, bất hiếu, không có nhân nghĩa, trái đạo làm người.

Phần kinh văn này dài, nay chúng ta chia ra thành ba đoạn nhỏ để xem xét. Câu kinh này là phần thứ nhất.

Về bổn phận của thầy và trò, tuy đã nói qua, nhưng ngày nay gặp đời mạt thế (sau khi đức Phật nhập diệt hơn 2.000 năm thì gọi là thời mạt pháp), phong tục người đời ngày một kém hơn, lễ nhạc băng hoại, đạo thầy trò dần dần suy thoái, cho nên [đức Phật] mới thương cảm mà nói ra câu này. Chúng ta hiện nay cách Phật đã lâu xa đến 3.007 năm rồi,[1] trước mắt nhìn thấy thực trạng phong tục bại hoại suy đồi, Phật giáo suy vi, thấy đủ mọi loại quả báo hành nghiệp của chúng sinh, hết thảy đều đúng như trong kinh đã nói, không sai lệch chút nào. Có thể thấy rằng, từ cách đây hơn 3.000 năm, đức Phật đã quan sát thấy một cách chính xác, rõ ràng minh bạch như xem những đường chỉ trong lòng bàn tay.

Trước hết nói về những người xấu ác trong đời mạt thế. Tiếp theo bên dưới kể ra bốn loại người xấu ác trong đời.

---

[1] Chúng tôi chuyển dịch theo nguyên văn trong bản Trung văn: 我們現在去佛已有三千〇七年之久。- Ngã môn hiện tại khứ Phật dĩ hữu tam thiên linh thất niên chi cửu.)

Bất trung

Đất nước lấy người dân làm gốc, người lãnh đạo là bậc đứng đầu, cho nên phải tận trung là điều trước nhất. Tận trung với nước nhà, với người lãnh đạo đất nước, với công việc, trách nhiệm của mình.

Nếu không tận trung, đó là điều xấu ác thứ nhất.

Bất hiếu

Trong nhà có cha mẹ là trên hết, cho nên phải hết lòng hiếu thảo là điều trước tiên. Trong Giới kinh, Phật dạy rằng: "Nếu có người trong một trăm năm, đặt cha trên vai bên phải, đặt mẹ trên vai bên trái, cứ như thế mà chăm lo cả đến những khi cha mẹ đại tiểu tiện, lại cung phụng đầy đủ tất cả những món ngon vật lạ, y phục quý hiếm trên đời, như vậy cũng chưa báo đáp được một phần rất nhỏ trong công ơn cha mẹ. Từ nay về sau ta khuyên dạy các tỳ-kheo suốt đời phải hết lòng chăm sóc phụng dưỡng cha mẹ. Nếu không phụng dưỡng cha mẹ là phạm vào tội nặng."

Cho nên, người làm con đối với cha mẹ mà bất hiếu là điều xấu ác thứ hai.

Bất nhân bất nghĩa

Đây là nói về việc ứng xử trong xã hội, phải xem đại chúng hết thảy mọi người là trên hết. Cho nên, điều trước tiên là phải giữ lòng nhân, phải làm việc nghĩa. Giữ lòng nhân là khởi tâm từ bi với tất cả, làm việc nghĩa là luôn xử sự hợp tình hợp lý. Trong xã hội, nếu trong khi đối đãi với người, thực hiện công việc mà không có lòng nhân, không làm việc nghĩa thì đó là điều xấu ác thứ ba.

Trái đạo làm người

Về đạo làm người, nhà Nho nói đến mười điều nghĩa trong năm mối quan hệ[1] như sau: (1) cha mẹ phải nhân từ, (2) con cái phải hiếu thảo, (3) anh chị phải hiền lương, (4) người làm em phải kính thuận, (5) chồng phải giữ tình nghĩa thủy chung, (6) vợ phải thuận hòa, (7) người trên phải chăm lo kẻ dưới, (8) kẻ dưới phải vâng lời người trên, (9) người lãnh đạo phải nhân đức, (10) kẻ thuộc cấp phải trung thành.

Trong nhà Phật vâng theo năm giới, thực hành mười điều lành, đều là đạo làm người. Sách Tả truyện nói: "Người bỏ mất đạo thường thì yêu ma phát triển." Kinh Lăng Nghiêm cũng dạy: "Phạm vào các giới căn bản thì yêu ma quỷ quái phát triển mạnh trong đời."

Cho nên, đánh mất đạo thường [của nhà Nho], phạm vào các giới căn bản [của nhà Phật], đều là trái nghịch đạo làm người, chính là điều xấu ác thứ tư.

Trong đời mạt pháp, bốn hạng người xấu ác như trên rất nhiều. Hơn thế nữa, còn có nhiều người xuất gia ở trong cửa Phật mà cũng sống không đúng theo Chánh pháp, [như sẽ trình bày trong phần tiếp theo đây].

2.1.2. Tỳ-kheo gây tổn hại đến người khác

Kinh văn

魔世比丘，四數之中，但念他惡，不自止惡。嫉賢妒善，更相沮壞。不念行善，強梁嫉賢。既不能為，復毀敗人。斷絕道意，令不得行。

---

[1] Tức là các mối quan hệ: cha con, vợ chồng, vua tôi, thầy trò, bạn bè.

Ma thế tỳ-kheo, tứ số chi trung, đãn niệm tha ác, bất tự chỉ ác. Tật hiền đố thiện, cánh tương trở hoại. Bất niệm hành thiện, cường lương tật hiền. Ký bất năng vi, phục hủy bại nhân. Đoạn tuyệt đạo ý, linh bất đắc hành.

Dịch nghĩa

Tỳ-kheo đời ma thịnh, sống trong bốn chúng, chỉ nghĩ đến việc ác của người khác, không tự ngăn việc ác của chính mình. Ganh tỵ người hiền, ghét ghen việc thiện, tìm cách ngăn trở phá hoại nhau. Không nghĩ làm điều thiện, hung hăng ganh ghét người hiền. Tự mình đã không làm được, lại ngăn trở phá hoại người khác. Ngăn dứt ý đạo, khiến cho không thể tu hành.

Trong đoạn này, đây là ý thứ hai, đức Phật nói về việc các tỳ-kheo trong đời mạt thế không sống đúng như Chánh pháp.

Nói "đời ma thịnh" hoàn toàn không mang ý niệm về thời gian, chỉ nói chung lúc trong đời có nhiều người xấu ác, gọi là đời ma thịnh, rõ ràng như trong kinh Lăng Nghiêm, quyển thứ sáu có nói.

"Tỳ-kheo trong đời ma thịnh" là chỉ vào thời đạo đức suy đồi, lòng người băng hoại, bọn yêu ma cũng đã lấn lướt chen vào đến tận trong cửa Phật thanh tịnh, giả hiện hình tướng như người xuất gia nắm giữ Phật pháp, nhưng thật ra là phá hoại đạo Phật. Đó gọi là "sư tử trùng thực sư tử nhục" (con sâu sinh ra trong thân sư tử rồi ăn thịt của chính con sư tử ấy).

"Bốn chúng" ở đây là chỉ bốn chúng xuất gia: tỳ-kheo, tỳ-kheo ni, sa-di và sa-di ni.

"Chỉ nghĩ đến việc ác của người khác, không tự ngăn việc ác của chính mình." Nghĩa là chỉ nhìn thấy người khác làm việc xấu ác, còn hết thảy những điều xấu ác, lầm lỗi của bản thân mình đều không biết tự ngăn dừng, không biết phản tỉnh, ví như có gặp bạn lành khuyên răn cũng không biết quay đầu, tự cho mình là người trong bốn chúng [xuất gia].

Kinh văn nói: "Ganh ty người hiền, ghét ghen việc thiện, tìm cách ngăn trở phá hoại nhau." Câu này nói về việc ganh ghét, ngăn trở việc thiện. Người hiền là chỉ người đạo đức, hiền thiện, chân chánh tu hành, tự mình làm lành cảm hóa người khác, bọn tà ma nhìn thấy nhất định sinh tâm ganh ghét. Việc thiện là nói hết thảy những việc lành, việc tốt. Người khác làm việc lành, việc tốt là lợi ích cho đại chúng, bọn tà ma thấy vậy nhất định sẽ tìm cách ngăn cản, phá hoại.

Những kẻ xấu này chỉ nghĩ riêng cho mình, chỉ biết vơ vét vun vén lợi ích riêng tư, hoàn toàn không có những ý niệm hiền thiện làm lợi ích cho người khác. Cho nên Phật nói là: "Không nghĩ làm điều thiện, hung hăng ganh ghét người hiền."

"Làm điều thiện" là chỉ chung cho mười điều lành, sáu ba-la-mật, muôn hạnh lành. "Hung hăng" là chỉ đến hành vi ngang ngược hung bạo, bất kể đạo lý, tự tung tự tác dựa vào sức mạnh. Lão tử nói: "Kẻ hung hăng bạo ngược sẽ phải chết đột ngột không biết lúc nào."

Hai chữ "tật hiền" (ghét người hiền) được liên tục lặp lại trong kinh văn để nhắc nhở cảnh tỉnh, đủ thấy đây là điều hết sức xấu ác.

"Tự mình đã không làm được, lại ngăn trở phá hoại người khác." Câu kinh này muốn nói đến bổn phận của người xuất gia là rộng truyền Chánh pháp, làm lợi ích chúng sinh, nay tự bản thân mình đã không làm được việc hoằng pháp lợi sinh nhưng không biết xấu hổ, ngược lại còn phá hoại công việc hoằng pháp của người khác, như vậy chẳng phải tiêu diệt Chánh pháp thì là gì?

"Ngăn dứt ý đạo, khiến cho không thể tu hành." Câu kinh này nói việc những tỳ-kheo trong thời mạt thế, đóng kín cửa vào đạo khiến cho chúng sinh mãi mãi chìm trong biển khổ. Loại tỳ-kheo này là đều là ma quân giả vào cửa Phật, muốn phá hoại Phật pháp, không cách gì ngăn chặn, phòng ngừa được chúng. Những kẻ thế tục làm hại giáo pháp cũng rất nhiều, cho nên người Phật tử không thể không hộ trì bảo vệ Chánh pháp. Bảo vệ Chánh pháp ắt phải có trí tuệ, phương tiện khéo léo. Câu này là nói việc phá hoại, ngăn trở người tu hành chân chính.

Phần trên là nói qua việc tỳ-kheo [xấu ác] gây tổn hại đến người khác.

2.1.3. Tỳ-kheo gây tổn hại cho chính mình

Kinh văn

貪欲務俗，多求利業。積財自喪，厚財賤道。死墮惡趣，大泥犁中，餓鬼、畜生。

Tham dục vụ tục, đa cầu lợi nghiệp. Tích tài tự táng, hậu tài tiện đạo. Tử đọa ác thú, đại nê-lê trung, ngạ quỷ, súc sinh.

Dịch nghĩa

Nhiều tham dục chạy theo thế tục, tham cầu lợi dưỡng. Tích chứa tiền của tự chôn mình, xem trọng tiền tài, coi khinh đạo pháp. Chết đọa vào đường ác, vào đại địa ngục, ngạ quỷ, súc sinh.

Câu này nói đến những tỳ-kheo trong đời xấu ác, tham cầu lợi dưỡng.

Xuất gia [là thoát ra khỏi nhà], trong Phật pháp nói có ba loại nhà [để thoát ra]. Thứ nhất là quyến thuộc thân tộc, cũng tức là ruộng đất nhà cửa (xuất thế tục gia). Thứ hai là năm món dục lạc, cũng tức là sáu trần cảnh (xuất ngũ uẩn gia). Thứ ba là sáu nẻo luân hồi, cũng tức là ba cõi: Dục giới, Sắc giới và Vô sắc giới (xuất tam giới gia).

"Xuất" là xuất ly, tức là ra khỏi, lìa thoát. Đại sư Liên Trì chia ra bốn hạng người [tại gia, xuất gia].

Thứ nhất là hạng người hoàn toàn tại gia, tức là những người sống đời thế tục, thân tâm đều ở nhà, không hề có ý thoát ly hoàn cảnh.

Thứ hai là hạng người tại gia sống đời xuất gia. Những người này tuy thân vẫn sống đời thế tục nhưng tâm thường trong đạo. Các vị Đại Bồ Tát đa số hiện thân trưởng giả, cư sĩ, khéo léo hóa độ chúng sinh, đều thuộc về hạng này.

Thứ ba là hạng người xuất gia sống đời tại gia. Những người này tuy thân mang hình tướng người xuất gia nhưng tâm đắm chìm trong danh lợi, không khác người thế tục, như trong câu kinh này nói đến, là người tham đắm năm món dục, chuyên cầu chuyện thế tục, tham cầu những chuyện tự tư tự lợi. Đối với những việc tự thân mình không được lợi lộc thì dù hữu ích cho chúng sinh họ cũng không chịu làm. Cho nên nói rằng, hạng người này tuy hình tướng là vị tỳ-kheo thọ giới nghiêm túc nhưng thật ra họ chỉ là người thế tục, không phải đệ tử Phật.

Thứ tư là hạng người xuất gia sống đời xuất gia. Những người này không vướng nhiễm tham dục trần cảnh, luôn để tâm vào Ba môn học [giới, định, tuệ], Ba loại trí tuệ [văn, tư, tu], chí cầu đạt đến nhất tâm, kiến tánh, tinh tấn không thối chuyển, là đệ tử chân chánh của Phật.

Chúng ta xem tiếp kinh văn: "Tích chứa tiền của tự chôn mình, xem trọng tiền tài, coi khinh đạo pháp."

Từ hai câu kinh này mới thấy được đức Phật đối với những tỳ-kheo thời mạt thế thật hết sức thương xót mà quở trách cũng thật nặng nề. Tích chứa tiền của tức là tự chôn mình, tự giết mình. Tục ngữ có câu: "Một nhà no ấm ngàn nhà oán hờn." Chuyện ở đời còn không thể được, huống chi là người đệ tử Phật xuất gia. Như vậy chẳng những là không rõ đạo lý mà đối với ý nghĩa nhân quả báo ứng cũng không nhận hiểu rõ ràng. Một chút đạo tâm như giọt sương mong manh đã sớm bị mấy tờ giấy bạc che lấp mất, thật đáng thương thay, đau đớn thay!

Xem trọng tiền tài ắt phải coi khinh đạo nghiệp. Năm trước, tôi giảng kinh tại Hương Cảng, có vị tỳ-kheo trẻ tìm đến xin học giảng kinh, hỏi tôi rằng người tu hành [giảng kinh] cần phải có những điều kiện gì? Tôi nói với vị ấy rằng: "Thứ nhất, phải có quyết tâm không cầu danh lợi. Thứ hai, không sợ chết vì đói rét. Thứ ba, tám ngọn gió đời không lay động. (Tám ngọn gió đời là: lợi lộc, suy thoái, hủy báng, khen ngợi, xưng tán, chê trách, khổ sở, vui sướng.) Không oán trời trách người."

Nếu có thể hội đủ ba điều kiện đó, ắt có thể học đạo, giảng kinh. Nếu không thể sống nghèo vui đạo, làm sao có thể thành tựu được? Thế nhưng, thực sự có thể buông xả tiền của, danh lợi, giàu sang danh vọng, tu học Phật pháp, liệu có được mấy người? Nếu không thật lòng thương yêu người đời, từ bi với hết thảy muôn loài thì không thể làm được.

Cho nên, thực sự là người đệ tử Phật thì phải biết tôn sư trọng đạo, xem nhẹ tiền tài, giàu sang phú quý chỉ như đám mây trôi nổi mà thôi. Nếu không như vậy, ắt sẽ như lời Phật dạy: "Chết đọa vào đường ác, vào đại địa ngục, ngạ quỷ, súc sinh." Câu này kết luận về quả báo đọa trong ba đường ác. Những kẻ xấu ác trong đời, những tỳ-kheo đời ma ác, nên biết rằng tạo nghiệp ác rất dễ dàng nhưng quả báo xấu ác trong ba đường ác nhất định không tránh được, chỉ cần là người có chút sáng suốt thấy biết, chắc chắn sẽ không chịu làm những chuyện ngu muội như vậy.

Hai chữ "đường ác" là chỉ chung cả ba đường ác: [địa ngục, ngạ quỷ và súc sinh]. "Nê-lê" là phiên âm Phạn ngữ, nghĩa là địa ngục Vô gián, là chốn địa ngục khổ sở nhất, phải chịu khổ nhiều kiếp dài lâu, muốn thoát ra cũng không có lúc thoát được. Muốn biết rõ sự thật, mời xem đầy đủ trong kinh Địa Tạng.

Kinh văn đến đây là giảng xong trọn vẹn về "sự xấu ác phát triển mạnh trong thời mạt thế".

2.2. Những gì nên làm

Đoạn này có hai ý chính. Thứ nhất, nói về việc báo ơn Phật. Thứ hai, nói việc thay đổi những tập khí xấu ác.

2.2.1. Báo ơn Phật

Kinh văn

未當有此，於世何求？念報佛恩，當持經戒，相率以道。道不可不學，經不可不讀，善不可不行。行善布德，濟神離苦，超出生死。

Vị đương hữu thử, ư thế hà cầu? Niệm báo Phật ân, đương trì kinh giới, tương suất dĩ đạo. Đạo bất khả bất học, kinh bất khả bất độc, thiện bất khả bất hành. Hành thiện bố đức, tế thần ly khổ, siêu xuất sinh tử.

Dịch nghĩa

Đã không nên phạm vào những điều như trên, vậy phải hướng đến những điều gì trong đời này? Phải luôn nghĩ nhớ báo đáp ơn Phật. Nên trì tụng kinh văn, nghiêm trì giới luật, cùng thúc đẩy nhau noi theo đó mà tu hành. Đạo pháp nhất định phải học, kinh điển nhất định phải đọc, việc thiện nhất định phải làm. Rộng làm điều thiện, ban bố đức lành, tánh thức xa lìa khổ não, vượt thoát ngoài vòng sinh tử.

"Đã không nên phạm vào những điều như trên, vậy phải hướng đến những điều gì trong đời này? Phải luôn nghĩ nhớ báo đáp ơn Phật." Câu kinh này là nói việc người đã phát tâm xuất gia, không được làm những việc thế tục như vừa nói trên, đã không được làm những việc xấu ác, lại phải buông bỏ hết thảy năm món dục, với mọi điều danh lợi, vậy thì rốt lại người đệ tử xuất gia phải hướng đến những điều gì, nên làm những gì trong cuộc đời này?

Đức Phật dạy chúng ta rằng: Phải luôn nhớ nghĩ đến việc báo đáp ơn Phật. Công phu tụng niệm hằng ngày trong cửa Phật có bài kệ hồi hướng vẫn luôn được tụng đọc sớm chiều không quên: *"Thượng báo tứ trọng ân, hạ tế tam đồ khổ."* (Trên đền bốn ơn nặng, dưới cứu khổ ba đường.) [Trong nội dung này có hai điều.] Thứ nhất, nghĩ nhớ đến chúng sinh đang khổ não, Phật lấy tất cả chúng sinh làm tâm niệm. Thứ hai, việc báo ân chỉ duy nhất có một cách là phải tự cứu độ mình và hóa độ người khác, thuận theo tâm Phật. Trong ân đức của Phật đã bao hàm cả ơn cha mẹ, ơn sư trưởng, ơn đất nước cùng với ơn trợ giúp của hết thảy chúng sinh. [Đối với người xuất gia,] trừ ra những ơn này còn có ơn các vị thí chủ hộ pháp. Muốn cầu chứng đắc quả Phật, ắt phải khởi đầu từ tâm niệm báo ân. Trong tâm đã có sự nghĩ tưởng, ắt sẽ biểu hiện ra hành vi, tự mình thực hành, cảm hóa người khác, cùng tu tập đạo, nghiên cứu kinh điển, thực hành thiện hạnh, những việc như thế đều là báo ân, cứu khổ.

Kinh văn nói: *"Nên trì tụng kinh văn, nghiêm trì giới luật, cùng thúc đẩy nhau noi theo đó mà tu hành."* Kinh luận chính là tiêu chí, chuẩn mực để ấn chứng chỗ thấy biết đúng đắn. Giới luật là chỗ căn cứ phải dựa vào để tu sửa hành vi. Người tu hành nhất định phải thấu hiểu nghĩa kinh, nghiêm trì giới luật, dứt việc ác, làm việc thiện. Phiền não dứt hết thì tự nhiên chứng đạo.

Muốn thoát lìa [sinh tử] tất nhiên phải cầu được đạo. Đạo tuy ghi chép [trong kinh điển] bằng văn tự, nhưng việc cầu đạo phải do nơi sự tu hành. Hạnh nguyện trong tâm nếu được giống như chư Phật, Bồ Tát, trước hết tự mình sẽ được lợi lạc, sau đó có thể làm lợi lạc cho người khác. Đại chúng cùng thúc đẩy nhau, chỉ bảo cho nhau cùng tu tập.

"*Đạo pháp nhất định phải học, kinh điển nhất định phải đọc, việc thiện nhất định phải làm.*" Đạo pháp là phương pháp tu hành, là căn cứ lý luận phải dựa vào để tu tập phá trừ si mê, mở ra giác ngộ, lìa khổ được vui. Cho nên nhất định phải học. Toàn bộ kho tàng quý giá không gì sánh bằng này được ghi chép trọn vẹn, đầy đủ trong kinh điển. Cho nên, kinh điển nhất định phải đọc qua. Nhờ đọc kinh điển mới có thể khai mở hiển bày trí tuệ chân thật vốn có trong bản tính của chúng ta, giúp chúng ta có thể nhận biết rõ ràng tướng trạng chân thật của nhân sinh vũ trụ. Chúng ta cần phải có trí tuệ nhận biết rõ được về nhân sinh vũ trụ một cách đầy đủ, chính xác, trọn vẹn thì mới có thể khởi sinh thiện hạnh.

Việc thiện nhất định phải tu tập. Tu thiện là bồi đắp, tích lũy phước đức. Tu tập song song cả phước đức và trí tuệ, trong pháp thế gian gọi đó là thực hành chân thật, hiền thiện, tốt đẹp, trí tuệ, là mục tiêu hạnh phúc nhất trong đời người. Trong kinh điển tôn xưng Phật là đấng "lưỡng túc tôn", hàm ý là ngài có đủ phước đức và trí tuệ, cả hai đều đạt đến mức trọn vẹn đầy đủ, là bậc tôn quý được hết thảy đại chúng trong hai cõi trời, người đều tôn sùng kính ngưỡng.

Trong câu kinh này có ba phần, giảng nói về phương thức tự tu học. Phần thứ nhất "đạo pháp nhất định phải học" ví như việc đi trên con đường. Phần thứ hai "kinh điển nhất định phải đọc" ví như nhận biết nẻo đường phải đi. Phần thứ ba "việc thiện nhất định phải làm" ví như việc chọn lựa phương tiện xe cộ thích hợp để đi trên đường, phải chọn được loại phương tiện tốt nhất thì mới có thể nhanh chóng đạt đến mục tiêu, đạt được cảnh giới hạnh phúc mỹ mãn.

Ba phần trong câu kinh này cực kỳ quan trọng thiết yếu. Nếu như đi ngược lại thì tự nhiên rơi vào chỗ tu hành mù quáng, [như người suốt ngày] nói chuyện ăn [mà chẳng thể no], đếm châu báu [cho người khác mà tự mình vẫn nghèo khó]. Quả báo như vậy dù không nói ra cũng có thể biết được.

Câu tiếp theo "rộng làm điều thiện, ban bố đức lành" là nói những người cứu độ, làm lợi lạc người khác, hóa độ chúng sinh nhất định phải là người có thiện hạnh cao trội, có đại phước đức. Do đó chư Phật, Bồ Tát rộng tu sáu pháp ba-la-mật và bốn nhiếp pháp (bố thí, ái ngữ, lợi hành, đồng sự), bốn tâm vô lượng (từ, bi, hỷ, xả), ban bố giúp đỡ chúng sinh, khiến chúng sinh cảm tạ ân đức nên dễ dàng nghe theo lời dạy bảo.

"Ban bố đức lành" là nói vị Bồ Tát cũng đồng thời dùng oai đức lớn lao cảm hóa chúng sinh. Chúng sinh kính ngưỡng đức độ, biết rằng Phật pháp nhất định phải trong chỗ cung kính mà tìm cầu, dễ thành pháp khí. Do ở chỗ này, chúng ta thấy được phương tiện đại bi của chư Phật, Bồ Tát, tự mình thị hiện nỗ lực thực hành để qua đó cảm hóa chúng sinh.

"Tánh thức xa lìa khổ não, vượt thoát ngoài vòng sinh tử." Câu kinh này là tổng kết lại công đức của việc nghĩ nhớ và báo đáp ơn Phật. Kinh văn dùng chữ "thần" là chỉ thần thức, tánh thức, người đời thường gọi là "linh hồn". Từ vô thủy đến nay, xoay vòng tạo nghiệp rồi nhận chịu quả báo trong luân hồi sinh tử, khổ não không thể nói hết, chỉ nhờ nơi Phật pháp mới có thể giúp cho tánh thức của chúng ta được giải thoát, siêu thoát vượt ngoài ba cõi, thực sự đạt đến cảnh giới không còn sinh diệt.

Đến đây chúng ta đã giảng xong ý thứ nhất nói về việc

báo ơn Phật, trong phần kinh văn giảng về "những gì nên làm".

2.2.2. Thay đổi tập khí xấu ác

Kinh văn

見賢勿慢，見善勿謗，不以小過證入大罪，違法失理，其罪莫大，罪福有證，可不慎也。

> *Kiến hiền vật mạn, kiến thiện vật báng. Bất dĩ tiểu quá chứng nhập đại tội, vi pháp thất lý, kỳ tội mạc đại. Tội phúc hữu chứng, khả bất thận dã.*

Dịch nghĩa

> Thấy người hiền thiện chớ xem thường, thấy việc tốt lành đừng báng bổ. Không đem lỗi nhỏ cho là tội lớn, trái đạo pháp, đánh mất lý lẽ, tội ấy không gì lớn hơn. Tội lỗi hay phúc đức đều có báo ứng rõ ràng, sao có thể không thận trọng?

Đoạn kinh văn này, đức Phật dạy chúng ta sửa đổi, dứt bỏ những tập khí xấu ác cũ, thay đổi từ trong tâm mình. Trong phần trước đã nói, người học Phật tu đạo không thể không thận trọng với sự tập nhiễm [thói xấu]. Kinh văn phần này nêu đủ bốn vấn đề.

Thứ nhất, không được khinh thường những người hiền thiện, "thấy người hiền thiện chớ xem thường". Trước đây, nếu có khi nào ta nhìn thấy người hiền đức rồi tự nghĩ mình không được như người ấy, trong lòng không khỏi khởi sinh sự ganh ghét, đố kỵ, khinh chê, xem người ấy như kẻ oán thù, như vậy chính là làm tăng thêm tâm lý bệnh hoạn, tinh thần không được lành mạnh, không được bình thường. Đức Phật dạy chúng ta nếu có thì phải sửa đổi lỗi lầm ấy từ trong tâm, từ nay về sau khi gặp người hiền thiện, gặp bậc thầy tốt, nhất định phải cung kính, cúng dường, phụng sự, cùng góp sức hỗ trợ vị ấy hoằng pháp lợi sinh. Đời nhà Đường có Pháp sư Ấn Tông là một tấm gương tốt về việc này để chúng ta noi theo.

[Pháp Bảo] Đàn Kinh chép lại rằng: "Đại sư Huệ Năng từ sau khi đắc pháp với Tổ Hoàng Mai, lánh nạn đến vùng Tào Khê, nhưng không bao lâu lại bị kẻ xấu tìm theo đến. Đại sư lại phải lánh đến huyện Tứ Hội, cùng sống chung trong một nhóm thợ săn, trải qua đến 15 năm. Một hôm nọ, ngài tự xét thấy cơ duyên hoằng pháp lợi sinh đã chín mùi, cần phải đi ra hoằng pháp báo ơn, không thể cứ ẩn náu suốt đời. Nghĩ vậy, Đại sư liền rời bỏ nhóm thợ săn ra đi, đến chùa Pháp Tính ở Quảng Châu, vừa gặp lúc Pháp sư Ấn Tông tại chùa này đang thuyết giảng kinh Niết-bàn. Bấy giờ, có cơn gió thổi qua lay động tấm phướn, một vị tăng ở đó liền nói: "Gió động." Một vị tăng khác cãi lại, nói rằng: "Phướn động." Hai người tranh cãi qua lại với nhau không dứt. Đại sư Huệ Năng chứng kiến sự việc, liền nói với họ: "Không phải gió động, cũng chẳng phải phướn động, là tâm các ông động." Khi ấy, đại chúng quanh nghe qua câu nói của Đại sư Huệ Năng thì hết sức kinh ngạc. Pháp sư Ấn Tông liền lập tức thỉnh ngài lên tòa ngồi, thưa thỉnh ý nghĩa uyên áo trong Phật pháp.

Pháp sư Ấn Tông thấy Đại sư Huệ Năng nói ra lời nào cũng đơn giản mà đúng lý, không bị trói buộc nơi văn tự, liền nói: "Hành giả nhất định không phải kẻ tầm thường." Lúc bấy giờ ngài Huệ Năng vẫn còn mang hình tướng cư sĩ tại gia, nên Pháp sư mới gọi ngài là "hành giả". Khi ấy, Pháp sư Ấn Tông dùng lễ đệ tử đối với thầy mà thưa thỉnh những lời chỉ dạy của Tổ Hoàng Mai.

Lục Tổ [Đại sư Huệ Năng] nói: "Chỉ dạy tức là không, thầy chỉ nói việc thấy tánh, không bàn đến thiền định, giải thoát." Pháp sư Ấn Tông thưa hỏi: "Vì sao không bàn đến thiền định, giải thoát?" Lục Tổ nói: "Bởi vì thiền định, giải thoát là hai pháp phân biệt, không phải Phật pháp. Phật pháp là pháp chẳng phân hai, không phân biệt."

Tại chỗ này, chúng ta phải đặc biệt lưu ý đến chỗ tu tập, truyền thụ, dạy bảo của Lục Tổ đều là pháp thượng thượng nhất thừa, chỉ thẳng tâm người, sáng rõ tâm ý, thấy được tự tánh, cho nên gọi là "chỉ nói việc thấy tánh", rằng "Phật pháp là pháp chẳng phân hai, không phân biệt". Người mới học Phật nhất định không được hiểu sai ý nghĩa này vì tai hại rất lớn. Cho nên trước hết phải giảng nói thật rõ ràng ý nghĩa này.

Lục Tổ lại nói: "Phàm phu thấy có hai, người trí thấu hiểu tánh ấy không phải hai, tánh không hai ấy chính là tánh Phật."

Pháp sư Ấn Tông nghe xong chắp tay hoan hỷ, liền vì ngài Huệ Năng làm lễ xuống tóc xuất gia, rồi nguyện thờ ngài Huệ Năng làm thầy. Lục Tổ nhờ có sự hộ trì giúp đỡ của Pháp sư Ấn Tông mới có được cơ duyên khai sáng pháp môn Đông Sơn, rộng độ chúng sinh.

Pháp sư Ấn Tông gặp Lục Tổ, lúc ấy đang là thân phận của một bậc Đại Pháp sư tiền bối, thế mà lại chấp nhận thờ một người chỉ vừa mới xuống tóc xuất gia như Đại sư Huệ Năng làm thầy, quả thật nếu không phải người đã hoàn toàn dứt trừ ngã mạn thì không thể nào làm được. Biết tôn kính người hiền đức, tôn trọng đạo pháp, quên thân mình vì người khác, quả thật không phải kẻ tầm thường có thể theo kịp được. Như vậy thì công đức thành tựu của Lục Tổ cũng chính là công đức thành tựu của Pháp sư Ấn Tông.

Pháp sư Ấn Tông đối với ngài Lục Tổ, rất giống như trường hợp Bảo Thúc Nha đối với Quản Trọng.[1] Do đó có thể thấy rằng, dù là pháp thế gian hay xuất thế gian, muốn lập thành công lớn, dựng sự nghiệp lớn, làm lợi lạc cứu vớt thiên hạ đời sau, hết thảy đều cần phải có nhân duyên trợ giúp lớn lao, đó gọi là cơ duyên thành thục.

Câu kinh tiếp theo nêu vấn đề thứ hai: "Thấy việc tốt lành đừng báng bổ." Đây là dạy chúng ta không được gây trở ngại cho người khác khi họ làm điều tốt lành, hiền thiện. Nói chung khi thấy có người làm việc hiền thiện, việc tốt lành, bất kể người đó là ai, cho dù là người xấu ác, cho dù là kẻ oán thù đối nghịch với ta, chỉ cần người ấy có thể làm điều hiền thiện, cho dù là điều thiện nhỏ nhặt, cũng nên ngợi khen xưng tán, cũng đáng để xưng tụng tuyên dương, vì đó chính là cơ hội tốt nhất để làm cho người khác từ bỏ việc ác, hướng về điều thiện, sửa đổi lỗi lầm.

Có lỗi mà biết sửa lỗi, quay đầu là bờ, thật không gì tốt hơn. Tiên sinh Viên Liễu Phàm đời Minh [kể ra 10 điều tốt đẹp là]: "(1) Làm điều thiện cho người khác, (2) giữ lòng yêu kính, (3) thành tựu điều tốt đẹp cho người, (4) khuyên người khác làm thiện, (5) cứu người khi nguy cấp, (6) khởi xướng, xây dựng những việc lợi ích lớn lao cho cộng đồng, (7) bỏ tiền của làm việc tạo phước, (8) hộ trì Chánh pháp,

---

[1] Bảo Thúc Nha có công lớn được Tề Hoàn Công trọng dụng, tin tưởng, muốn phong chức Thừa tướng, đứng đầu trong triều. Bảo Thúc Nha biết Quản Trọng là người có tài hơn mình, nên từ chối đề nghị của Tề Hoàn Công mà tiến cử Quản Trọng thay mình. Nhờ vậy, Quản Trọng mới có cơ hội giúp Tề Hoàn Công dựng nên nghiệp bá, xây dựng nước Tề hùng mạnh, làm bá chủ chư hầu.

(9) kính trọng các bậc trưởng thượng, những người hiền thiện, (10) thương yêu quý tiếc mạng sống muôn loài." [Và nói rằng:] "Người nào có thể tự mình thực hành mười điều trên rồi khuyên dạy người khác làm theo, ắt là có được đầy đủ muôn đức hạnh."

Cho nên, làm điều thiện cho người, thành tựu điều tốt đẹp cho người, khuyên người làm điều thiện, đó là những việc thiện hàng đầu trong thế gian. Theo đó mà nhìn ngược lại thì việc gây trở ngại cho việc làm thiện của người khác, đặc biệt là ngăn trở người xấu ác quay lại hướng thiện, đương nhiên cũng chính là việc ác hàng đầu trong thế gian. Chuyện xấu ác thì muôn ngàn lần không thể bắt tay làm, đó mới thực sự là hạnh Bồ Tát có đầy đủ đại trí tuệ, đại từ đại bi.

Kinh văn nói: "Không đem lỗi nhỏ cho là tội lớn." Câu này là nêu vấn đề thứ ba, lỗi nhỏ không kết thành tội lớn. Người làm bậc thầy, đối với học trò phải như mẹ hiền đối với con đẻ, theo đúng lý đúng pháp mà dạy dỗ, vì quốc gia dân tộc, vì chúng sinh khắp thế giới mà hết lòng chú tâm bồi đắp nuôi dưỡng những mầm non của thế hệ tiếp theo, đâu có lẽ nào lại không hết lòng hết sức? Vậy cho nên ơn thầy mới lớn hơn ơn cha mẹ. Nếu vì học trò phạm lỗi nhỏ nhặt mà tùy tiện kết thành tội lớn, theo đó trừng phạt, khiến người học trò phải ôm hận trong lòng, như thế là tàn phá hủy hoại thế hệ tiếp theo chứ không phải là bồi đắp nuôi dưỡng. Báo ứng của việc này như thế nào trước đây đã nói rõ, không cần phải nhắc lại rườm rà.

Vấn đề thứ tư là: "Trái đạo pháp, đánh mất lý lẽ, tội ấy không gì lớn hơn. Tội lỗi hay phúc đức đều có báo ứng rõ ràng, sao có thể không thận trọng?"

Mấy câu kinh này là đức Phật dạy chúng ta phải hết

sức thận trọng đối với nhân quả. Đặc biệt là đối với kẻ làm thầy người khác, làm bậc hòa thượng. Người Ấn Độ thời xưa gọi "hòa thượng" là để chỉ bậc thầy đích thân dạy dỗ chúng ta. Nếu không phải người đích thân dạy dỗ ta thì không gọi là hòa thượng. Cho nên, hòa thượng là danh xưng để gọi vị thầy dùng hành vi của tự thân mình để dạy dỗ chúng ta. Do đó có thể thấy rằng, bậc hòa thượng là người dùng hành vi của tự thân mình để dạy dỗ chúng sinh, là bậc thầy thân giáo. Nếu vị thầy như thế lại tự thân mình không theo đúng pháp đúng lý, chính là trái nghịch với chân lý mà chư Phật đã chứng nhập - tâm bình đẳng, tâm thanh tịnh, tâm từ bi, là lẽ thấy tánh "nhất tâm bất nhị" - cũng là không thể khế hợp căn cơ.

Nói cách khác, như vậy là chỗ học hỏi thành ra vô dụng, vì chỗ học hỏi không phù hợp với sự tu tập trước mắt, tức là hiện tại không được phần lợi ích. Sự giáo dục mà không được phần lợi ích thì hết thảy đều là trái đạo pháp, mất lý lẽ. Chúng ta đều biết, chùa chiền tự viện chính là những cơ sở giáo dục của Phật giáo. Vị trụ trì tự viện cũng chính là bậc thầy thân giáo của chúng sinh trong một vùng. Vị ấy gánh vác sứ mệnh thiêng liêng truyền bá đạo pháp, mở rộng đạo pháp, dạy bảo đại chúng trong một vùng tu học theo đạo pháp, chính là chỗ y cứ nương theo cho pháp thân tuệ mạng của tất cả chúng sinh trong vùng. Cho nên đại chúng trong vùng mới tôn xưng là hòa thượng, là bậc thầy thân giáo. Nếu vị thầy ấy dạy dỗ không đúng pháp, không đúng lý, đó quả thật là tội lỗi rất lớn.

Người xưa nói rằng: "Làm điều bất thiện rõ ràng thì bị người trừng phạt. Làm điều bất thiện ám muội không ai biết thì quỷ thần trừng phạt." Lại nói rằng: "Thầy thuốc kém cỏi hại mạng người, sau khi chết đọa mười tám tầng địa ngục; bậc thầy kém cỏi dạy điều sai lầm cho con em người khác, sau khi chết đọa mười chín tầng địa ngục." Huống chi là bậc nắm giữ Thánh giáo, làm thầy hai cõi trời người, y theo giáo pháp, y theo lý lẽ dạy bảo trong một vùng, công đức thực sự không thể nghĩ bàn. Sự thật ghi chép trong kinh luận, sách sử có thể chứng thực những điều tội phúc [báo ứng], nên phải hết sức thận trọng.

Đến đây là giảng xong phần thứ ba nói về bổn phận của thầy và đệ tử.

PHẦN IV.
NGHI VẤN VỀ PHÁP THẾ GIAN NGĂN NGẠI SỰ TU HỌC XUẤT THẾ

Phần này có bốn ý chính. Thứ nhất là nghi vấn về việc người Phật tử lo việc mưu sinh trở ngại sự tu tập. Thứ hai, Phật dạy có thể làm việc thế gian, không được theo ý thế gian, [tức là không mê tín tà kiến]. Thứ ba, thưa hỏi rõ sự phân biệt giữa việc thế gian với ý thế gian. Thứ tư, Phật dạy đạo pháp là tôn quý.

1. Nghi vấn về việc người Phật tử mưu sinh trở ngại tu tập

Kinh văn

阿難復白佛言：末世 弟子，因緣相生，理家之事，身口之累，當云何？天中天。

> A-nan phục bạch Phật ngôn: "Mạt thế đệ tử, nhân duyên tương sinh, lý gia chi sự, thân khẩu chi lụy, đương vân hà? Thiên Trung Thiên!"

Dịch nghĩa

> Ngài A-nan lại bạch Phật: "Thưa đấng Thiên Trung Thiên! Người đệ tử Phật vào thời mạt thế, nhân duyên

145

sinh lẫn nhau, những việc trong gia đình khiến cho lời nói việc làm đều bị trói buộc, phải làm thế nào?"

Kinh văn từ đoạn này cho đến câu *"khả đắc độ thế chi đạo"* ở dòng thứ 8 của trang 8 là dứt phần thứ tư. Trong phần này, chủ yếu là thảo luận về việc những sinh hoạt thường ngày trong đời sống thế tục rốt lại có trở ngại cho việc học Phật hay không? Có điểm nào là bất tiện hay không?

Điều này quả thật hết sức quan trọng đối với những người mới bắt đầu học Phật, đặc biệt là đối với những người đang muốn học Phật nhưng còn đứng ngoài tìm hiểu chưa dám bước vào. Đối với quý vị đồng tu chúng ta cũng nên tụng đọc câu kinh này, thường xuyên quán xét tự thân mình, mọi việc làm có đúng lý đúng pháp hay không? Phải luôn vâng làm theo lời Phật dạy để cầu được thấu rõ lý lẽ, trong tâm an ổn.

Phần kinh văn này chia làm hai đoạn, trước là thưa hỏi về sự ngăn ngại lẫn nhau giữa pháp thế gian và xuất thế gian, sau là đức Thế Tôn dạy bảo về việc trong Phật pháp phải xem trọng giới luật.

Đoạn kinh này là ngài A-nan nhìn thấy được mối nghi ngại của chúng sinh đối với việc học Phật, lo sợ sâu xa rằng việc học Phật không có lợi cho hạnh phúc gia đình, gây trở ngại cho việc phát triển sự nghiệp, cho nên ngài mới phát tâm đại từ bi, thay chúng sinh thưa hỏi Phật mà nói rằng: "Người đệ tử Phật vào thời mạt thế, nhân duyên sinh lẫn nhau." Hàm ý của câu hỏi này là từ lúc ấy đã có sự nghi ngại, nhưng đến thời mạt thế thì sự nghi ngại càng sâu đậm hơn.

Đệ tử Phật ở đây chỉ những người học Phật tại gia. Nhân duyên sinh lẫn nhau, như trong kinh Phật thường nói: "Muôn pháp đều do nhân duyên sinh." Như vậy là mọi việc thiện hay ác đều do nhân duyên sinh ra. Nhân duyên thế gian kết thành quả báo thế gian, nhân duyên xuất thế gian kết thành quả báo xuất thế gian. Người Phật tử tại gia thì lời nói việc làm, hết thảy đều là nhân duyên thế gian, làm sao có thể học theo Phật pháp, vượt thoát thế gian, thành Bồ Tát, thành Phật? Do vậy ngài A-nan mới nêu ra vấn đề để thưa thỉnh đức Thế Tôn, đại ý là: "Thưa đấng Thiên Trung Thiên! Người tại gia học Phật, không thể tránh được những công việc trong gia đình, những nhu cầu cơm ăn áo mặc, cho nên lời nói, việc làm đều chịu sự trói buộc ràng rịt, trở ngại cho việc tu hành. Xét theo vấn đề như vậy thì phải làm như thế nào cho được trọn vẹn tốt đẹp cả đôi đường?"

Thật ra, vấn đề học Phật, thành Phật, thành Bồ Tát, hoàn toàn không do ở chỗ tại gia hay xuất gia. Hơn nữa, các vị Đại Bồ Tát trong đạo Phật đa số đều thị hiện hình tướng tại gia, vì người Phật tử tại gia mà làm khuôn mẫu cho họ noi theo. Trong kinh Hoa Nghiêm (bản 40 quyển),[1] các vị Bồ Tát vì chúng ta thị hiện đủ các thành phần như trí thức, nông dân, công nhân, thương gia, lại đủ các ngành nghề khác nhau, thậm chí trong đó có vị thị hiện làm ngoại đạo. Do đó có thể biết rằng, học Phật là học giác ngộ, cầu giác ngộ. Giác ngộ thì không bị mê hoặc bởi hết thảy mọi sự việc, dùng trí tuệ chân chánh soi chiếu thật tướng nhân sinh vũ trụ, đâu còn phân biệt tại gia với xuất gia? Đâu còn có sự trở ngại bởi việc thế gian? Chúng ta hãy xem tiếp đức Thế Tôn khai thị chỉ bày dưới đây.

---

[1] Kinh Hoa Nghiêm, tên đầy đủ là Đại phương quảng Phật Hoa Nghiêm Kinh (大方廣佛華嚴經). Bản dịch của ngài Bát-nhã đời Đường có 40 quyển, bản dịch của ngài Phật-đà Bạt-đà-la đời Đông Tấn có 60 quyển, và bản dịch của ngài Thật-xoa-nan-đà đời Đường có 80 quyển. Hòa thượng nói đến bản kinh 40 quyển tức là bản dịch của ngài Bát-nhã.

2. Phật dạy có thể làm việc thế gian, không được theo ý thế gian

Kinh văn

佛言：阿難，有受佛禁戒，誠信奉行，順孝畏慎，敬歸三尊，養親盡忠，內外謹善，心口相應，可得為世間事，不可得為世間意。

> *Phật ngôn: A-nan, hữu thụ Phật cấm giới, thành tín phụng hành, thuận hiếu úy thận, kính quy Tam tôn, dưỡng thân tận trung, nội ngoại cẩn thiện, tâm khẩu tương ưng, khả đắc vi thế gian sự, bất khả đắc vi thế gian ý.*

Dịch nghĩa

> Phật dạy: "A-nan, người đã thọ trì giới cấm do Phật chế định, phải chân thành tin tưởng vâng làm, hiếu thuận với cha mẹ, luôn thận trọng sợ sệt giữ gìn, cung kính quy y Tam bảo, phụng dưỡng cha mẹ, tận trung với chức trách, thân tâm thận trọng giữ theo điều thiện, trong lòng nghĩ sao ngoài miệng nói vậy, có thể làm những việc thế gian, không được theo ý thế gian.

Đức Phật hết sức từ bi nên mới bảo ngài A-nan rằng: Người phát tâm học Phật, được tiếp nhận lời dạy về giới luật của Phật. Giới cấm của Phật là những quy tắc, khuôn mẫu hành động, ứng xử của hàng đệ tử Phật, như Ba tự quy y, Năm giới, Mười điều lành, Bồ Tát giới v.v... Hết thảy đều là sự giáo dục đời sống, hành vi. Do vậy, hết thảy đệ tử Phật đều phải chí tâm thành tín thọ trì, vâng làm theo lời dạy.

Người học Phật trước hết phải hiếu thuận với cha mẹ, phải biết rằng đạo lớn ở thế gian hay xuất thế gian cũng chỉ là sự hiếu thuận mà thôi. Trong Phật pháp Đại thừa, hiếu là kho tàng mặt đất (địa tạng), có thể sinh ra và nuôi dưỡng muôn vật, dung chứa chịu đựng được muôn vật, nên người học Phật trước tiên phải nhận Bồ Tát Địa Tạng làm vị Đạo sư của mình, học pháp hiếu thuận làm căn bản. Người nào có thể hiếu thuận thì tâm an định, hòa thuận, ắt có thể tùy duyên mà bất biến, bất biến vẫn tùy duyên, vô lượng phước đức, trí tuệ đều từ đó khởi sinh, thực sự là chỗ học cao trội nhất của bậc thánh. Người có lòng hiếu thuận thì không dám làm điều xấu ác với người khác, không dám cao ngạo khinh thường người khác, mỗi một ý nghĩ, mỗi một hành vi đều hết sức thận trọng suy xét, biết sợ nhân quả.

"Cung kính quy y Tam bảo", nhất là phải hiểu rõ ý nghĩa tự quy y tự tánh Tam bảo. Trong phần trước tôi đã giảng qua lời khai thị của Đại sư Lục Tổ trong Đàn Kinh về ý nghĩa này.

"Phụng dưỡng cha mẹ, tận trung với chức trách, thân tâm thận trọng giữ theo điều thiện, trong lòng nghĩ sao ngoài miệng nói vậy." Câu kinh này Phật dạy chúng ta những việc làm trong đời sống hằng ngày.

"Phụng dưỡng cha mẹ" chính là khéo léo phụng sự cha mẹ; khéo léo nuôi dưỡng cha mẹ cho thân được khỏe mạnh, khang kiện, tâm được an ổn, vui vẻ; khéo léo thuận theo chí hướng của cha mẹ, không phụ sự kỳ vọng của cha mẹ. Trong Phật pháp, còn phải khuyến khích cha mẹ học Phật, hoằng dương bảo vệ chánh pháp, khéo léo nuôi dưỡng pháp thân tuệ mạng của cha mẹ, như vậy mới thực sự là trọn vẹn theo lời dạy phụng dưỡng cha mẹ.

"Tận trung với chức trách" là dạy chúng ta đối với quốc gia, đối với xã hội, đối với đại chúng, khi ra sức phục vụ phải hết lòng hết sức, làm hết trách nhiệm, làm hết bổn phận của mình. Đối với trong Phật pháp còn phải hộ trì Chánh pháp, giữ gìn mối đạo, phát triển truyền rộng, hết lòng hết sức, góp sức bồi đắp nuôi dưỡng mối truyền thừa từ chư Phật, Tổ. Như vậy mới đúng là cội nguồn muôn điều hiền thiện, muôn điều phước lành của hết thảy chúng sinh. Đây chính là ý nghĩa "tận trung" mà đức Phật chỉ dạy cho hàng đệ tử.

"Thân tâm thận trọng giữ theo điều thiện", thân và tâm đều giữ theo thiện hạnh, trong ngoài đều như nhau, suy nghĩ và việc làm đều như nhau.

"Trong lòng nghĩ sao ngoài miệng nói vậy." Trong kinh Lăng Nghiêm, Phật dạy ngài A-nan: "Nay ông muốn nghiên tầm đạo Vô thượng Bồ-đề, thực sự phát huy tánh sáng suốt, cần phải thật tâm trả lời những câu hỏi của ta... Tâm ngay thẳng, lời nói ngay thẳng, khoảng giữa cũng vĩnh viễn không có gì khuất tất cong quẹo." Do đó có thể biết rằng, muốn chứng đắc đạo Vô thượng Bồ-đề, được tâm thanh tịnh tròn đầy mầu nhiệm, nhất định phải khởi đầu từ chỗ "tâm khẩu tương ưng" (trong lòng nghĩ sao ngoài miệng nói vậy). Đó cũng chính là tâm ngay thẳng, lời nói ngay thẳng, việc làm ngay thẳng. "Ngay thẳng" là gọi trạng thái tâm chân thành đến mức cùng cực, cũng chính là lòng ngay thẳng trong tâm Đại Bồ-đề. Kinh Quán Vô Lượng Thọ gọi là tâm chí thành.

PHẦN IV. NGHI VẤN VỀ PHÁP THẾ GIAN NGĂN NGẠI SỰ TU HỌC XUẤT THẾ

Trong đoạn này đức Phật khai thị bảy vấn đề như trên,[1] đó là dạy người cốt lấy sự căn bản, hết sức chân thành mà thôi. Nhưng sự căn bản hết sức chân thành đó chính là chỗ căn bản quan trọng của cái học thế gian cũng như xuất thế gian. Người quân tử của thế gian còn có thể vun bồi căn bản, huống chi người học tập theo đạo Bồ Tát Đại thừa? Nếu không từ nơi căn bản mà tu học, chẳng khác nào như xây lầu cao mà không làm nền móng, hậu quả thế nào, chỉ cần nghĩ đến là có thể biết được.

Hai câu tiếp theo "Có thể làm những việc thế gian, không được theo ý thế gian" là ý chính đức Phật đáp lại câu hỏi của ngài A-nan. Phật dạy chúng ta rằng, có thể làm những việc thế gian, nhưng không được thuận theo ý thế gian.

3. Thưa hỏi về ý nghĩa của "việc thế gian" và "ý thế gian"

Phần này chia ra hai ý. Thứ nhất giải thích về việc thế gian, thứ hai nói về ý thế gian.

3.1. Nói về việc thế gian

Kinh văn

阿難言：世間事，世間意，云何耶？
天中天。佛言：為佛弟子，可得商

---

[1] Bảy vấn đề này vừa tuần tự kể ra bên trên là: (1) hiếu thuận với cha mẹ, (2) luôn thận trọng sợ sệt giữ gìn, (3) cung kính quy y Tam bảo, (4) phụng dưỡng cha mẹ, (5) tận trung với chức trách, (6) thân tâm thận trọng giữ theo điều thiện, (7) trong lòng nghĩ sao ngoài miệng nói vậy.

販、營生利業，平斗直尺，不可罔於人，施行以理，不違神明自然之理，葬送之事，移徙姻娶，是為世間事也。

A-nan ngôn: "Thế gian sự, thế gian ý, vân hà da? Thiên Trung Thiên!" Phật ngôn: "Vi Phật đệ tử, khả đắc thương phiến, doanh sinh lợi nghiệp, bình ẩu trực xích, bất khả võng ư nhân, thi hành dĩ lý, bất vi thần minh tự nhiên chi lý. Táng tống chi sự, di tỷ nhân thú, thị vi thế gian sự dã."

Dịch nghĩa

Ngài A-nan thưa hỏi: "Bạch đức Thiên Trung Thiên! Việc thế gian, ý thế gian là như thế nào?" Phật dạy: "Là đệ tử Phật, có thể mua bán, kinh doanh sinh lợi nhưng phải cân đong chính xác, không được dối người. Việc làm phải đúng lý, không trái lẽ tự nhiên của thức tánh lương tâm. Những việc tang ma cúng kỵ, dời nhà, cưới gả đều là việc thế gian."

Ngài A-nan đã nghe qua lời dạy của đức Phật, nhưng không biết được giữa việc thế gian có khác biệt gì với ý thế gian. Vì sao có thể làm việc thế gian nhưng không thể theo ý thế gian? Từ đó tiến thêm một bước nữa, muốn thưa thỉnh Phật vì chúng ta đưa ra sự giải thích chính xác rõ ràng, do vậy mà có câu hỏi này. Tiếp theo là lời giải đáp của đức Phật, trước tiên nói rõ như thế nào gọi là "việc thế gian".

"Việc thế gian" có vô số việc, ở đây bất quá đức Phật

chỉ lược nêu một vài ví dụ để giảng rõ cho chúng ta được biết, giúp ta giác ngộ được rằng pháp Phật không lìa ngoài pháp thế gian, pháp Phật cũng không ngăn ngại pháp thế gian. Pháp thế gian cũng chính là cuộc sống thường ngày của chúng ta. Hơn nữa, công phu tu hành Phật pháp cũng chính là từ ngay trong vòng xoay của những sự việc nhỏ nhặt hằng ngày mà có thể nhìn thấu, buông bỏ, sau đó lại khởi sinh.

Đức Phật Thích-ca Mâu-ni dạy chúng ta rằng, làm người đệ tử Phật, không hề ngăn ngại đối với những việc thế gian, vẫn có thể kinh doanh, buôn bán, vẫn có thể làm đủ loại công việc sinh lợi, chỉ cần luôn giữ tâm thành kính, trung tín đối đãi với người, tiếp xúc muôn vật, như vậy là tốt. Đó gọi là chỉ lấy những mối lợi thuận theo nhân nghĩa, không cầu những mối lợi trái nhân nghĩa. Nói chung, những việc có lợi ích mà phù hợp với đạo nghĩa thì đều có thể làm. Trong kinh Hoa Nghiêm (bản 40 quyển), chư Phật, Bồ Tát thị hiện đủ mọi hình tướng cũng đều là những khuôn mẫu cho ta noi theo như vậy.

"Cân đong chính xác, không được dối người." Dối người tức là gạt gẫm, lừa bịp. Câu này là dạy chúng ta phải giữ lòng trung tín, mua bán phải công bằng, không được lừa gạt dối trá với người, càng không được làm hại người khác.

"Việc làm phải đúng lý." Câu này là dạy ta sự thành kính. Nói chung làm việc gì cũng phải hợp tình, hợp lý, hợp pháp, lấy bốn đức "nhân từ, thương yêu, trung tín, đạo nghĩa" để phụng sự xã hội, tạo phúc cho xã hội. Như vậy tức là học Phật, là thực hành đạo Bồ Tát.

"Không trái lẽ tự nhiên của thức tánh lương tâm." Câu này là chỉ vào bản tánh của chúng ta mà nói. Bản tánh của ta vốn lương thiện, lương tâm là lẽ trời, vốn sẵn có đức của tự tánh. Bản tánh vốn sẵn đủ vô lượng trí tuệ, có muôn đức hạnh, có vạn năng lực, cho nên gọi là "thần minh". Ý nghĩa ở chỗ này là, bất luận chúng ta làm việc gì, căn bản cũng đều phải dựa theo lương tâm, đó là lẽ trời, sao cho được rõ lý lẽ, tâm an ổn. Nếu không như vậy, cho dù có tránh né được lưới pháp luật, cũng không thể nào trốn tránh được sự trách phạt của lương tâm.

"Tang ma cúng kỵ" là ý nói đến việc tổ chức tang ma cho người mới chết cùng việc kỵ giỗ tưởng nhớ những người qua đời đã lâu. Tang ma người mới chết là nói lễ nghi phải đầy đủ. Kỵ giỗ tưởng nhớ người đã khuất là nói cúng kính phải dốc hết lòng thành. Đó là chỗ tình sâu nghĩa nặng của đạo làm người. Trong một địa phương, một xã hội, nếu có thể hết sức làm theo như vậy thì có thể cảm hóa được người dân trở nên có đạo đức.[1]

"Dời nhà, cưới gả." Dời nhà là nói chung việc di chuyển, thay đổi chỗ ở, đi từ nơi này đến nơi khác. Cưới gả là nói chung việc cưới vợ, lấy chồng. Hết thảy những việc như vậy đều là việc thế gian, đều có thể làm được.

Từ những ví dụ điển hình đức Phật đã nêu, chúng ta có thể nhận hiểu được rằng, những lời Phật dạy không hề chống trái, ngăn ngại với công việc trong đời sống thường ngày của chúng ta, đức Phật hoàn toàn không ngăn cấm.

Điều Phật bảo ta không được làm là: đừng thuận theo ý thế gian. Vậy ý thế gian là thế nào?

---

[1] Phần giảng thuật này của Hòa thượng lấy ý từ lời của Tăng tử trong sách Luận ngữ, chương Học nhi, tiết thứ 10, nguyên văn là: 曾子曰：慎終，追遠，民德歸厚矣。- Tăng tử viết: Thận chung, truy viễn, dân đức quy hậu hỹ. (Tăng tử nói: Thận trọng việc cuối đời, nhắc nhở người đã [khuất] xa, đạo đức của dân theo về sâu dày vậy.) "Thận chung" là nói việc tang ma phải đủ lễ (thận trọng trong việc cuối đời), "truy viễn" là nói việc kỵ giỗ tưởng nhớ người đã khuất phải chí thành (nhớ đến người đã khuất xa). Làm được hai việc này thì cảm hóa thay đổi được đạo đức của dân chúng.

3.2. Nói về ý thế gian

Kinh văn

世間意者，為佛弟子，不得卜問、請祟、符咒、厭怪、祠祀、解奏，亦不得擇良日良時。

Thế gian ý giả, vi Phật đệ tử, bất đắc bốc vấn, thỉnh túy, phù chú, áp quái, từ tự, giải tấu, diệc bất đắc trạch lương nhật lương thời.

Dịch nghĩa

Ý thế gian có nghĩa là, người đệ tử Phật không được bói toán, triệu thỉnh quỷ thần, làm bùa chú, yểm quái, tế tự, dâng sớ giải tấu, cũng không được xem chọn ngày tốt giờ tốt.

Từ những ví dụ được nêu ra trong đoạn kinh văn này, chúng ta có thể nhận hiểu được rằng, đức Phật nói đến ý thế gian chính là chỉ sự mê tín. "Không được làm theo ý thế gian" chính là dạy người không được mê tín, không được làm những việc mê tín, nhất là không được làm những chuyện mê tín quỷ thần.

Những chuyện mê tín cũng rất nhiều, chỉ mong sao qua những việc nêu ra ở đây có thể nhận hiểu được rằng, hết thảy những việc như thế đều là tập khí thế tục. Thực ra, xét đến cùng mà nói thì tâm thức phàm phu làm bất cứ việc gì cũng đều là theo ý thế gian, nhưng khi chứng đắc bốn trí Bồ-đề ắt siêu việt thế gian, điều này không thể không rõ biết.

Phật dạy, người đệ tử Phật không được làm những việc sau đây:

- Thứ nhất, không được bói toán, là nói bao quát hết thảy những việc như gieo quẻ, đoán chữ, xem tướng, đoán số mệnh, tin phong thủy, bói việc lành dữ, họa phúc... hết thảy những việc theo tập khí thế tục.

- Thứ hai, không được triệu thỉnh quỷ thần, là nói chung tất cả những chuyện đồng cốt, phụ hồn, cầu cơ giáng bút, mời thỉnh quỷ thần, yêu my các loại... Người Phật tử không được làm những việc này.

- Thứ ba, không được làm bùa chú. Người Phật tử không được học cách vẽ bùa, niệm chú, đuổi quỷ trừ ma, trị bệnh v.v...

- Thứ tư, không được yểm quái, là nói các loại tà thuật ngoại đạo dùng để trấn yểm... Như thời xưa dùng hình nhân bằng đất sét, bằng gỗ để yểm người, khắp nơi đều có.

Vào thời Hán Vũ Đế gặp họa Giang Sung là một minh chứng. Giang Sung là cận thần của Hán Vũ Đế. Một hôm, ông tình cờ bắt gặp xe ngựa của Thái tử đi trên trì đạo. Trì đạo là con đường đặc biệt chỉ dành riêng cho hoàng đế, xe ngựa của thái tử đi trên đường này là phạm tội bất kính. Vì Giang Sung là cận thần của hoàng đế, nên thái tử liền khẩn khoản xin ông đừng đem việc này tâu lên hoàng đế. Giang Sung không nghe, rốt cuộc vẫn đem sự việc báo lên với Hán Vũ Đế. Về sau, Hán Vũ Đế ngã bệnh, Giang Sung hết sức lo sợ, vì nếu hoàng đế băng hà, thái tử lên kế vị thì chắc chắn ông sẽ có nguy cơ bị giết để trả thù. Do lo sợ như vậy, Giang Sung liền nghĩ kế hãm hại thái tử. Trước mặt hoàng đế, ông liền bày chuyện nói rằng bệnh của hoàng đế là do bị trù ếm, do có người làm vậy để mưu hại hoàng đế. Hán Vũ Đế quả nhiên tin lời, lệnh cho Giang Sung dẫn bọn đồng cốt đi truy tìm bắt kẻ trù ếm. Giang Sung dùng cực hình tra tấn khiến nhiều người phải thừa nhận, làm cho Vũ Đế càng tin là thật. Dân thường bị chết oan trong việc này lên đến hàng chục ngàn người. Sau đó, Giang Sung lại bịa chuyện nói rằng trong cung có yêu khí trù yểm, rồi cho đào đất tìm kiếm cả trong cung thái tử, liền tìm được một hình nhân bằng gỗ (vốn đã được ông ta lén chôn giấu trước đó), đem dâng lên cho Hán Vũ Đế. Thái tử bị oan không làm sao phân giải được. Hoàng đế mang hình nhân bằng gỗ giao cho Giang Sung thi hành lệnh chém. Hoàng hậu và thái tử đều phải tự sát. Mãi về sau Vũ Đế mới biết việc này là do Giang Sung lừa dối hãm hại thái tử. Hối hận cũng không còn kịp nữa, Vũ Đế liền cho giết sạch cả ba họ nhà Giang Sung.

Người đệ tử Phật, tuyệt đối không thể làm những việc như vậy.

- Thứ năm, không được cúng tế quỷ thần. Ở đây là nói đến các loại tà quỷ tà thần, những việc cầu khấn, hứa nguyện, hoàn nguyện v.v...

- Thứ sáu, không được dâng sớ giải tấu, là nói những sự cầu giải oán cừu, dùng tấu sớ dâng lên thiên đế quỷ thần các loại...

- Thứ bảy, không được xem chọn ngày tốt giờ tốt. Đây là tập tục từ xưa còn sót lại, người đời thường mỗi khi làm việc gì cũng phải tìm kiếm cho được một ngày hoàng đạo, ngày tốt, lại cố chọn cho được giờ tốt.

Nói tóm lại, đức Phật nói về ý thế gian ở đây toàn là chỉ những điều mê tín, trái nghịch lý tánh, không những là đệ tử Phật không thể làm, mà Khổng tử trước đây cũng từng nói: "Cung kính quỷ thần nhưng lánh xa." Khổng tử cũng không nói những chuyện yêu ma quái mỵ. Đó là nhà Nho cao minh của thế tục mà cũng không làm những việc thuận theo ý thế gian.

Thế nhưng, ngày nay phong tục suy đồi, những lời dạy sâu xa của đức Phật, của Khổng tử đều bị bỏ mất, mà những chuyện yêu ma quái mỵ lại phát triển mạnh mẽ trong đời, mê hoặc lòng người, đông đảo lấn lướt, muốn cho thiên hạ không rối loạn thật không thể được.

Những lời dạy của Nho giáo, Phật giáo, đều là dùng chân lý khai mở trí chân chánh cho con người, cho nên đó là lý trí, hoàn toàn không phải mê tín. Trong phần trước đã có nói qua, nhân lành ắt được quả lành, nhân xấu ác nhất định phải gặp quả báo xấu ác. Nhân quả báo ứng không mảy may sai lệch. Việc ở đời không thể cưỡng cầu, nên cần phải biết, những sự mê tín quỷ thần, cầu khẩn quỷ thần trợ giúp, siểm mỵ quỷ thần, không những là không thể làm thay đổi vận mệnh thành tốt đẹp, mà ngược lại càng làm càng thêm hư hoại, thối nát, cho đến mức chẳng còn gì cả, làm sao có thể được chút tốt đẹp gì? Phật dạy chúng ta không được làm, Khổng tử dạy chúng ta nên cung kính mà lánh xa, đó đều là dạy chúng ta phải phá trừ mê tín, khai mở trí chân chánh.

Nói chung, những việc mê tín thì đều là ý thế gian.

Nhưng tìm lành lánh dữ cũng là khuynh hướng thường tình của người đời, nếu đã không thể làm những việc theo ý thế gian, những việc mê tín, vậy phải làm như thế nào mới chân chính đạt được sự an lành, thân tâm an ổn?

Trong phần kinh văn tiếp theo, đức Phật vì chúng ta giảng rõ những gì người đệ tử Phật có thể làm. Kinh văn nêu ra sáu điểm, là pháp môn bất nhị chân chánh giúp người tìm lành lánh dữ. Mỗi người đều nên rõ biết, phải vâng làm y theo lời dạy.

4. Phật chỉ dạy về sự tôn quý của đạo pháp

Phần kinh văn này có sáu ý chính. Thứ nhất, người Phật tử khi làm việc gì nên tác bạch trước Tam bảo. Thứ hai, giới luật đạo đức là tôn quý, chư thiên thần đều kính phục. Thứ ba, đạo bao trùm khắp trời đất, chỉ do con người tự ngăn ngại. Thứ tư, thiện ác đều do nơi tâm, tự làm tự chịu. Thứ năm, giới hạnh thấu đến trời cao, các vị thánh đều ngợi khen xưng tán. Thứ sáu, bậc có trí tuệ tự nhiên đều vâng làm theo lời Phật dạy.

4.1. Người Phật tử khi làm việc gì nên tác bạch trước Tam bảo

Kinh văn

受佛五戒，福德人也，有所施作，當啟三尊。佛之玄通，無細不知。

Thụ Phật ngũ giới, phúc đức nhân dã, hữu sở thi tác, đương khải Tam tôn. Phật chi huyền thông, vô tế bất tri.

Dịch nghĩa

Được thọ nhận năm giới của Phật là người có phước đức, mỗi khi làm việc gì, nên tác bạch trước Tam bảo. Sự thông suốt nhiệm mầu của Phật không một điều nhỏ nhặt nào là không rõ biết.

Đây là ý thứ nhất đức Phật chỉ bày cho chúng ta. Ngài dạy rằng: "Người nhận được sự dạy dỗ, tiếp nhận năm giới của Phật, lại có thể thực sự tu tập làm theo thì nhất định phải là người có phước đức."

Phước đức được nói đến trong kinh này bao gồm:

1. Tuổi thọ dài lâu
2. Hết sức giàu có
3. Tự thân thanh tịnh
4. Được mọi người kính trọng
5. Có đủ đức hạnh và trí tuệ

Trong các kinh khác trình bày cũng tương đồng về đại thể, chỉ khác biệt về tiểu tiết. Phước đức là quả báo, thọ trì năm giới chính là tu nhân. Người đệ tử Phật, tu nhân lành, được quả phúc, khi có làm việc gì, nhất định đều nương theo Tam bảo. Sự thông suốt nhiệm mầu của Phật, không gì là không rõ biết. Tu học y theo lời Phật dạy thì nhất định có được sự cảm thông với Phật.

Phần trên đã nói rằng, đệ tử Phật có thể làm những việc thế gian nhưng không thể thuận theo ý thế gian. Tiếp theo sau, đức Phật hết sức từ bi lại vì chúng ta chỉ bày sáu điểm giúp ta lánh dữ tìm lành, là pháp môn tu hành giúp ta tự làm lợi ích, đạt được trí tuệ.

Điểm thứ nhất này cũng nói rằng người đệ tử Phật khi làm việc gì đều nên tác bạch trước Tam bảo. Đối trước tượng Phật dâng hương kính cáo, đó là tác bạch với Phật. Mọi hành vi đều không trái lời răn dạy trong kinh, đó là tác bạch với Pháp. Thưa hỏi, thảo luận với các bậc thầy hoặc người có đạo đức, đó là tác bạch với Tăng. Làm việc phù hợp với lương tâm, lẽ trời, tự nhiên sẽ có cảm ứng giao hòa trong mối đạo với sự thông suốt nhiệm mầu của Phật.

4.2. Giới luật đạo đức là tôn quý, chư thiên thần đều kính phục

Kinh văn

戒德之人，道護為強，役使諸天，天龍鬼神，無不敬伏。戒貴則尊，無往不吉，豈有忌諱不善者耶。

Giới đức chi nhân, đạo hộ vi cường, dịch sử chư thiên, thiên long quỷ thần, vô bất kính phục. Giới quý tắc tôn, vô vãng bất cát, khởi hữu kị huý bất thiện giả da.

Dịch nghĩa

Người có giới hạnh, đạo đức, được sự bảo hộ mạnh mẽ, sai khiến được chư thiên, hàng trời, rồng, quỷ, thần thảy đều kính phục. Giới là quý báu, đáng tôn kính, không có gì là không tốt lành, lẽ nào lại có chỗ phải kiêng kỵ bất thiện hay sao?

Điểm thứ hai [được đức Phật] chỉ bày là nói rõ trong hết thảy mọi hành vi, chỉ có giới hạnh, đạo đức là được chư thiên, quỷ thần tôn sùng, kính phục bậc nhất. Người có thể nghiêm trì giới luật do Phật chế định, trong lòng có đạo đức, theo chỗ đạo đức đó mà tu học, mỗi ngày một nâng cao, chư thiên, thiên thần thay nhau hộ vệ, khiến cho chung quanh người đạo đức ấy luôn có đủ uy đức tôn trọng, đó gọi là được sự bảo hộ mạnh mẽ.

"Sai khiến được chư thiên" là nói sự biểu hiện bằng hành vi cụ thể của chư thiên thần kính phục người có đạo đức. Chẳng hạn như vào đời Đường có cư sĩ Lý Thông Huyền hoặc Đạo Tuyên Luật Sư ở núi Chung Nam, các vị này đều có thiên thần thường xuyên đi theo phục vụ công việc. Hơn nữa, trong sách Cao Tăng Truyện cũng ghi chép rất nhiều sự tích thiên thần đi theo phụng sự những người có đạo đức, quý vị có thể tham khảo thêm.

"Hàng trời, rồng, quỷ, thần thảy đều kính phục." Đây là nói đến tám bộ quỷ thần trực thuộc dưới quyền bốn vị Thiên vương. Các vị này nhìn thấy người trì giới, tu đạo thì hết thảy đều cung kính đi theo hầu cận. Cho nên "giới là quý báu, đáng tôn kính, không có gì là không tốt lành". Tinh thần giới luật của nhà Phật là "không làm các điều ác, vâng làm các việc lành", tuyệt đối không gây khổ não, tổn hại đến chúng sinh, làm việc thiện cho người, thành tựu điều tốt đẹp cho người. Giới luật là đáng quý nhất trong tất cả các thiện hạnh. Trong lòng có giới thì các pháp khác đều khó sánh bằng. Cho nên, người có đạo đức, giới hạnh thì hết thảy mọi hành vi trong thực tế không có gì là bất lợi. Có thể thấy rằng, trì giới là pháp tu hành tốt đẹp nhất, lợi ích nhất.

"Lẽ nào lại có chỗ phải kiêng kỵ bất thiện hay sao?" Đây là nói những chỗ người ta thường kiêng kỵ không dám nói ra, là do trong lòng lo sợ đủ mọi điều chẳng lành. Khi chúng ta đã hiểu rõ được ý nghĩa [người trì giới] được sự bảo hộ mạnh mẽ thì còn có điều gì phải kiêng sợ nữa? Có điều gì lại là không lợi ích sao? Vậy sao phải hạ mình làm theo những chuyện mê tín?

Khi tôi giảng kinh ở các nơi, có người hỏi rằng, Thế chiến Thứ ba trước mắt đã nhìn thấy không thể tránh khỏi, vậy có nơi nào là an toàn nhất [để lánh nạn]? Đối với người ngoại quốc, tôi bảo Đài Loan là nơi an toàn nhất. Đối với người trong nước, tôi nói: "Làm thiện, tích đức, tu đạo là an toàn nhất, không có việc gì không được an lành tốt đẹp."

4.3. Đạo bao trùm khắp trời đất, chỉ do con người tự ngăn ngại

Kinh văn

道之含覆，包弘天地，不達之人，自作罣礙。

Đạo chi hàm phú, bao hoằng thiên địa. Bất đạt chi nhân, tự tác quái ngại.

Dịch nghĩa

Sự hàm chứa bao trùm của đạo rộng khắp đất trời. Người không thông đạt nên tự tạo ra sự ngăn ngại.

Đây là điểm thứ ba được Phật chỉ bày. Đạo là chỉ cho chân như, bản tánh, chân tâm, cũng chính là sự dứt trừ mê hoặc, sáng tỏ tâm ý, thấy được tự tánh. Về sự lớn rộng dung chứa của tâm, trong kinh [Lăng Nghiêm] nói thí dụ rằng: "Hư không đặt vào trong tâm chỉ như một cụm mây ở giữa bầu trời." Cho nên, tâm bao trùm khắp cả đất trời, đó là sự tướng chân thật. Chỉ tiếc là người mê muội không thông đạt được lý lẽ này, không thấy được việc này, kết quả là tự mình tạo ra chướng ngại. Kinh Lăng Nghiêm nói rằng: "Tánh Không chân thật thấy biết, vốn tự nhiên thanh tịnh, biến khắp pháp giới, tùy theo tâm của mỗi chúng sinh mà hiện thành chỗ thấy biết riêng." Thế nhưng chỗ vọng kiến của chúng sinh chính là [đối với] "chân tâm mầu nhiệm sáng suốt, ví như trăm ngàn biển lớn trong xanh lại bỏ đi, chỉ nhận một chút bọt biển nhỏ nhoi mà xem đó như là toàn bộ biển lớn", lại không biết rằng "vốn là Vô thượng Bồ-đề, diệu tâm thanh tịnh tròn đầy, do mê vọng sinh ra sắc không cùng những điều thấy nghe". Cho nên đức Phật mới xót thương nói rằng, do người không thông đạt nên tự tạo ra sự ngăn ngại. Nếu nhận hiểu được, liền vượt thoát thế gian.

4.4. Thiện ác đều do nơi tâm, tự làm tự chịu

Kinh văn

善惡之事，由人心作，禍福由人，如影追形，響之應聲。

> *Thiện ác chi sự do nhân tâm tác, họa phúc do nhân, như ảnh truy hình, hưởng chi ứng thanh.*

Dịch nghĩa

> Những việc thiện ác do tâm người tạo ra, nên họa hay phúc đều là do người, như bóng đuổi theo hình, như âm vang dội lại tiếng.

Đây là điểm chỉ bày thứ tư, nói rõ việc thiện ác đều ở nơi tâm người, mà quả báo nhất định sẽ đến như bóng theo hình. Câu kinh này so với những điều nói trong văn Cảm ứng thiên cũng tương đồng, ý nghĩa câu chữ rõ ràng, quả thật là lời chân thật chí lý. Gieo nhân lành được quả phúc, gieo nhân ác chịu tai ương họa hại. Tâm tạo tác, thân nhận chịu, nhân quả báo ứng không mảy may sai lệch. Nếu như thực sự hiểu rõ được chân tướng của việc này, thì ngay trong mỗi lúc khởi tâm động niệm liền biết ngay được quả báo [của tâm niệm đó] là họa hay phúc. Như vậy là người phước đức lớn thực sự có trí tuệ. Cho nên mới nói rằng: "Chúng sinh nhận chịu quả báo [khổ não] mới biết sợ, Bồ

Tát biết kiêng sợ ngay từ chỗ tạo nhân [nên không tạo nhân xấu ác]."

Đây chính là chỗ đức Phật dạy chúng ta phải khởi đầu, là phương tiện trước nhất việc tu đạo, cầu phúc.

4.5. Giới hạnh thấu đến trời cao, các vị thánh đều ngợi khen xưng tán

Kinh văn

戒行之德，應之自然，諸天所護，願不意違，感動十方，與天參德，功勳巍巍，眾聖嗟歎，難可稱量。

> *Giới hạnh chi đức, ứng chi tự nhiên, chư thiên sở hộ, nguyện bất ý vi, cảm động thập phương, dữ thiên tham đức, công huân nguy nguy, chúng thánh ta thán, nan khả xưng lượng.*

Dịch nghĩa

> Đức độ của người giới hạnh ứng hợp với tự nhiên, chư thiên đều bảo vệ giúp đỡ, mọi tâm nguyện đều được như ý, cảm động khắp mười phương, đức lớn ngang trời, công phu thành tựu uy nguy chói lọi, các bậc thánh đều ngợi khen xưng tán, khó có thể suy lường.

Đoạn kinh văn này là điểm chỉ bày thứ năm của đức Phật trong phần này, hết lời khen ngợi người giới hạnh công đức lớn lao ngang trời, do vậy khuyến khích khuyên bảo mọi người phải thực sự nỗ lực tu học.

Nói chung, người tự mình nghiêm trì luật tắc là giới Tiểu thừa, hướng đến làm lợi ích khắp thảy chúng sinh là giới Đại thừa.

Người giữ giới, làm việc thiện, có đạo đức, tự nhiên có sự cảm ứng cùng chư Phật, Bồ Tát, nên tùy duyên biểu hiện hình tướng mà không thay đổi bản tính, cho nên nói là tự nhiên. Đó là một cách giải thích.

Lại nữa, Bồ Tát hóa độ chúng sinh, tùy duyên hiển hiện hình tướng, khi cần đến hình tướng nào có thể hóa độ chúng sinh liền hiển hiện hình tướng đó, nhưng không trái với bản thể, vẫn ứng hợp với tự nhiên.

Hiểu rõ được ý nghĩa này liền biết được rằng, chỉ cần tự mình có thể giữ giới, làm việc thiện, không cần thiết phải khẩn cầu thần tiên, cầu Bồ Tát hay cầu Phật, mà tự nhiên có sự cảm ứng. Đã có sự cảm ứng thì đương nhiên được chư Phật, Bồ Tát hộ niệm, có lý nào lại không được chư thiên, quỷ thần theo bảo vệ giúp đỡ?

"Mọi tâm nguyện đều được như ý", đó là nói mọi việc đều được thuận theo ý muốn, có cầu liền có ứng. [Người có giới hạnh thì] tâm đồng như tâm Phật, miệng nói như lời Phật, thân làm việc như Phật, tự đem việc làm của mình mà giáo hóa người khác, nhất định phải cảm động khắp mười phương, mọi hành vi, tâm niệm đều xứng hợp tự tính, mọi việc làm đều thuận duyên không tạo nghiệp, như mặt trời mặt trăng đi qua bầu trời, bốn mùa nuôi dưỡng sự sống muôn loài. Như vậy là cùng với trời đất dung hợp cùng một thể, cùng một công năng tác dụng, cho nên nói rằng đức lớn lao bằng trời.

"Công phu thành tựu uy nguy chói lọi", đó là nói công đức lớn lao của việc đem hành vi chính mình mà nêu gương giáo hóa người khác, hết thảy các bậc thánh hiền thế gian và xuất thế gian đều ngợi khen xưng tán. Đức độ của người trì giới hành thiện là không thể nghĩ bàn, xưng tán ngợi khen không cùng tận.

Chúng ta đọc qua một đoạn kinh văn khai thị này rồi, nên phát tâm hết lòng chuyên tu công đức chân thật mà hết thảy các bậc thánh đều ngợi khen, như vậy mới không phụ lòng từ bi răn dạy của đức Phật.

4.6. Bậc có trí tuệ tự nhiên đều vâng làm theo lời Phật dạy

Kinh văn

智士達命，沒身不邪，善如佛教，可得度世之道。

> Trí sĩ đạt mệnh, một thân bất tà, thiện như Phật giáo, khả đắc độ thế chi đạo.

Dịch nghĩa

> Người có trí thấu hiểu lẽ đạo, trọn đời không rơi vào tà vạy, khéo làm theo lời Phật dạy, có thể thành tựu đạo giải thoát.

Đây là điểm chỉ bày cuối cùng trong phần kinh văn này, nói rõ chỉ người có trí tuệ mới biết vâng làm theo lời Phật dạy.

"Người có trí tuệ" là nói có trí tuệ thấu hiểu sáng tỏ sự lý. "Thấu hiểu lẽ đạo" là nói sự thông đạt sáng tỏ giáo pháp nhân duyên tương sinh, thấu rõ lý tự nhiên, cũng gọi là "mệnh trời". "Trọn đời không rơi vào tà vạy", vì đã thông đạt giáo pháp nhân duyên tương sinh nên trọn đời không còn nghi hoặc, không rơi vào những hiểu biết, kiến giải tà vạy, không làm những việc tà vạy.

"Khéo làm theo lời Phật dạy." Ở đây phải chú ý ở chữ "khéo làm", hàm ý là sáng suốt hiểu được lý lẽ, giữ được tâm định tĩnh, lại có thể thường thuận theo chúng sinh, trong chỗ tùy hỷ thành tựu được vô lượng công đức. Đó gọi là lý với sự không ngăn ngại, sự với sự cũng không ngăn ngại, đầy đủ Tam học giới, định, tuệ, hết thảy đều xứng hợp tự tính, hết thảy đều an nhiên tự tại, như vậy mới gọi là "khéo làm theo lời Phật dạy". Vâng làm theo lời Phật dạy thì cho dù là cư sĩ tại gia cũng có thể chứng đắc đạo lớn Bồ-đề, vượt thoát thế gian, thành Phật, thành Bồ Tát.

Như trên đã giảng xong phần thứ tư của kinh này. Sau khi chúng ta đọc qua bản kinh này mới hiểu rằng việc học Phật của người cư sĩ tại gia vốn không có gì trở ngại, cũng không có gì là không thuận tiện. Chỉ cần tu học đúng lẽ đúng pháp, khéo làm theo lời Phật dạy, ắt có thể khiến cho bất cứ hoàn cảnh nào cũng trở thành mỹ mãn, hạnh phúc, khiến cho cuộc sống này của ta trở nên có giá trị, có ý nghĩa.

Tiếp theo là phần thứ năm của kinh này, nói việc Tôn giả A-nan sau khi lần lượt được nghe Phật bốn lần giảng giải chỉ bày qua bốn đoạn kinh trên, mới tự thấy mình hết sức may mắn được gặp Phật nghe pháp, được lợi ích lớn lao, nhưng đối với những người không được nghe biết Phật pháp ắt không khỏi mê hoặc tạo tác nghiệp xấu, cho nên ngài mới thương xót chúng sinh, thỉnh cầu đức Phật tiếp tục trụ thế dài lâu. Đoạn này chính là nêu cảm tưởng, chỗ tâm đắc của ngài A-nan khi được nghe lời Phật dạy.

PHẦN V.
A-NAN TỰ THẤY MÌNH MAY MẮN NÊN XÓT THƯƠNG NGƯỜI KHÁC

Phần này có ba ý chính. Thứ nhất, ngài A-nan tự thấy mình may mắn nên ngày nay sinh ra được gặp Phật. Thứ hai, ngài xót thương cho người đời nay nhiều tâm niệm xấu ác, kém lòng tin. Thứ ba, vì thương xót chúng sinh nên thỉnh Phật trụ thế.

1. Ngài A-nan tự thấy mình may mắn được gặp Phật

Kinh văn

阿難聞佛說，更整袈裟，頭腦著地，唯然世尊，我等有福，得值如來，普恩慈大，愍念一切，為作福田，令得脫苦。

A-nan văn Phật thuyết, cánh chỉnh ca-sa, đầu não trước địa. Duy nhiên Thế Tôn, ngã đẳng hữu phúc, đắc trực Như Lai, phổ ân từ đại, mẫn niệm nhất thiết, vi tác phúc điền, linh đắc thoát khổ.

Dịch nghĩa

Ngài A-nan nghe lời Phật dạy rồi liền sửa áo cà-sa ngay ngắn, cúi đầu lạy sát đất, [thưa rằng:] "Kính bạch

Thế Tôn! Chúng con có phước lành được gặp đức Như Lai, được hưởng nhờ ơn từ lớn lao, [Như Lai] thương tưởng hết thảy chúng sinh, làm ruộng phước cho chúng sinh thoát khổ."

[Như đã nói,] kinh văn phần này có thể chia làm ba ý. Đoạn này là ý thứ nhất, đại ý nói về cảm xúc của ngài A-nan sau khi được nghe đức Phật lần lượt giảng qua bốn đoạn kinh trên.

"Sửa áo cà-sa ngay ngắn, cúi đầu lạy sát đất" là nghi lễ cung kính nhất, dùng để biểu lộ lòng cảm tạ đức Thế Tôn đã từ bi răn dạy.

[Kinh văn dùng chữ "duy nhiên"], "duy" là biểu thị lòng tin tưởng tuyệt đối, hoàn toàn không có chút gì nghi hoặc, biểu thị việc ngài A-nan đã tự mình tin nhận; "nhiên" là chỉ cho tất cả chúng sinh, vẫn còn có những người chưa được nghe pháp Phật, những người chưa có lòng tin vào pháp Phật. Đây chính là từ ngữ dùng để thay thế chúng sinh thỉnh pháp. Trong kinh Kim Cang cũng có dùng cấu trúc giống như vậy.

"Chúng con có phước lành được gặp đức Như Lai." Câu này kết hợp với chữ "duy" ở trước là nói chung cả đại chúng trong pháp hội, nhờ phước đức đời trước sâu dày nên mới có cơ duyên được gặp đức Như Lai.

"Như Lai" là một trong mười danh hiệu của Phật,[1] có rất nhiều hàm nghĩa, ý chính là Phật đời này cũng giống chư Phật đời trước tái sinh.

"Hưởng nhờ ơn từ lớn lao, [Như Lai] thương tưởng hết

---

[1] Đức Phật có mười danh hiệu tôn xưng là: (1) Như Lai, (2) Ứng cúng, (3) Chánh biến tri, (4) Minh hạnh túc, (5) Thiện thệ, (6) Thế gian giải, (7) Vô thượng sĩ, (8) Điều ngự trượng phu, (9) Thiên nhân sư, (10) Phật Thế Tôn.

thảy chúng sinh", câu này kết hợp với chữ "nhiên" ở trước, hàm nghĩa xưng tán lòng đại từ đại bi của Phật, ban ơn lành lớn lao nhất cho hết thảy chúng sinh - chúng sinh hữu tình trong chín pháp giới - vì hết thảy chúng sinh mà làm ruộng phước chân chánh vô thượng. Hết thảy những ai được gặp Phật pháp, khéo làm theo lời Phật dạy, ắt đều có thể phá mê khai ngộ, lìa khổ được vui.

Đại sư Ấn Quang nói: "Phật A-di-đà là ruộng phước bậc nhất, niệm Phật vãng sinh là phúc đức lớn nhất, bậc thượng căn thượng trí có thể tin nhận, có thể làm theo. Lời Phật Tổ hết sức chân thật, tuyệt đối không dối gạt người.

2. Xót thương cho người đời nhiều tâm niệm xấu ác, kém lòng tin

Kinh văn

佛言至真，而信者少，是世多惡，眾生相詛，甚可痛哉！若有信者，若一若兩，奈何世惡，乃弊如此。

Phật ngôn chí chân, nhi tín giả thiểu, thị thế đa ác, chúng sinh tương trớ, thậm khả thống tai! Nhược hữu tín giả, nhược nhất nhược lưỡng, nại hà thế ác, nãi tệ như thử.

Dịch nghĩa

Lời Phật dạy hết sức chân thật nhưng ít người tin theo. Cuộc đời này nhiều xấu ác, chúng sinh nguyền rủa lẫn nhau, thật đáng thương thay! Nếu có lòng tin cũng chỉ một hoặc hai người, biết làm sao được trong cõi đời xấu ác, bảo sao thế gian không tồi tệ đến như vậy?

Đây là ý thứ hai của phần kinh văn này, đại ý là Tôn giả A-nan xót thương cho cõi đời nhiều xấu ác, hiếm kẻ có lòng tin. Điều này đặc biệt cho đến ngày nay lại càng rõ rệt.

"Lời Phật dạy hết sức chân thật nhưng ít người tin theo." Những lời dạy bảo của đức Phật là chân thật không gì hơn được. Trong Pháp hội Bát-nhã, Phật đã nói với Trưởng lão Tu-bồ-đề rằng: ["Như Lai thị chân ngữ giả, thật ngữ giả, như ngữ giả, bất cuống ngữ giả, bất dị ngữ giả." (如來是真語者，實語者，如語者，不誑語者，不異語者。- Lời nói của đấng Như Lai là chân chánh, đúng thật, như nghĩa, không hư dối, không sai khác.)][1] Như Lai là lời chân chánh, chân chánh thì không sằng bậy. Như Lai là lời đúng thật, đúng thật thì không hư dối. Như Lai là như nghĩa, nên nói ra ắt đúng sự hợp lẽ. Như Lai là không hư dối, nên nói ra hoàn toàn không khoa trương, hoàn toàn không che giấu. Như Lai là không sai khác, nên nói ra không có sự mâu thuẫn hay khác biệt trước sau.

Đức Phật thuyết pháp ở đời trong 49 năm, lời lời nói ra đều hết sức chân thật như vậy. [Bởi vậy,] ngài A-nan vô cùng cảm thương mới than rằng "ít người tin theo". Nhưng vì sao người đời không chịu tin nhận lời Phật dạy? Tôn giả lại nói rằng, người đời đa phần đều tạo mười nghiệp xấu ác, nguyền rủa lẫn nhau, gây tổn hại cho nhau, đó quả thật là điều hết sức đau đớn đáng thương. Lẽ đương nhiên là việc người đời chỉ tin theo sự giả dối, không tin lời chân chánh, nhận lấy sự giả dối mà phủ nhận sự chân thật, những hành vi ngu muội như thế thật ra đều là do căn lành quá ít, phước đức mỏng manh, phiền não nặng nề nên mới khiến cho thành ra như vậy. Những người ấy cho

---

[1] Chỗ này Hòa thượng chỉ giảng mà không trích dẫn Kinh văn, chúng tôi căn cứ phần kinh văn được giảng, bổ sung vào trong ngoặc vuông để quý độc giả tiện theo dõi. Đây là một đoạn trong kinh Kim Cang.

dù có duyên gặp được bạn lành, gặp được pháp Phật, rốt lại cũng sai lầm bỏ luống qua. Thật đáng tiếc thay! Đáng thương thay!

"Nếu có lòng tin cũng chỉ một hoặc hai người." Câu này ý nói người tin Phật chỉ được một vài phần trong muôn vạn, chính như trong kinh Kim Cang có đoạn:

"Tu-bồ-đề bạch Phật: 'Bạch Thế Tôn! Liệu có chúng sanh nào nghe lời thuyết dạy này được sanh lòng tin chân thật chăng?' Phật bảo Tu-bồ-đề: 'Chớ nên nói thế! Như Lai diệt độ rồi, năm trăm năm sau sẽ có người trì giới, tu phước, đối với những lời thuyết dạy này thường sanh lòng tin, nhận là chân thật.'"

"Năm trăm năm sau", cũng là nói năm lần năm trăm năm sau khi Phật diệt độ, chính là thời đại hiện nay của chúng ta. "Có người trì giới, tu phước." Trì giới là chỉ người chuyên cần tu tập Tam học: giới, định, tuệ. Tu phước là chỉ người chân thật tu tập sáu ba-la-mật. Người như vậy, Phật dạy là nhất định có thể tin tưởng vào lời Phật dạy, biết đó là chân thật.

Phật lại dạy rằng: "Nên biết những người này - tức là những người đời nay có thể tin nhận lời Phật dạy - chẳng phải chỉ ở nơi một, hai, ba, bốn, năm... đức Phật gieo trồng căn lành, mà thật đã ở nơi vô số ngàn vạn đức Phật gieo trồng căn lành. [Những người ấy] nghe lời thuyết dạy này, dù chỉ một niệm sanh lòng tin trong sạch... được vô lượng phước đức."

Những đoạn kinh này đều nói rằng lời Phật hết sức chân thật, đến thời mạt thế cũng vẫn còn có một số ít người thực sự trì giới, tu phước, vẫn có thể tin nhận được lời Phật, chỉ là con số này thật hết sức hiếm hoi.

"Biết làm sao được trong cõi đời xấu ác, bảo sao thế gian không tồi tệ đến như vậy?" Đây là lời ngài A-nan thương tiếc cho đạo đức phong tục ở đời đã suy thoái bại hoại đến mức như thế!

3. Vì thương xót chúng sinh nên thỉnh Phật trụ thế

Kinh văn

佛滅度後，經法雖存，而無信者，漸衰滅矣！嗚呼，痛哉！將何恃怙，惟願世尊，為眾黎故，未可取泥洹。

> Phật diệt độ hậu, kinh pháp tuy tồn, nhi vô tín giả, tiệm suy diệt hĩ! Ô hô, thống tai! Tương hà thị hỗ, duy nguyện Thế Tôn, vi chúng lê cố, vị khả thủ Nê-hoàn.

Dịch nghĩa

Sau khi Phật diệt độ, Kinh điển, giáo pháp tuy vẫn còn nhưng không có người tin nhận, dần dần suy diệt mất! Ôi đau đớn thay! Rồi đây [chúng sinh] biết nương dựa vào đâu? Kính nguyện Thế Tôn vì hết thảy chúng sinh mà trụ thế, chưa nhập Niết-bàn.

Đoạn kinh văn này là ý ngài A-nan vì thương xót những chúng sinh khổ nạn do bám chấp mê muội không giác ngộ, nên khẩn cầu Phật ở lại thế gian để giáo hóa, cứu độ.

Diệt độ là chỉ ứng thân của Phật thị tịch, nhưng pháp thân thật ra vẫn luôn thường trụ.

Ý ngài A-nan muốn nói là, một mai sau khi đức Thế Tôn thị hiện nhập Niết-bàn rồi, cho dù trong thế gian vẫn còn tồn tại kinh điển và những phương pháp tu học, nhưng

PHẦN V. A-NAN TỰ THẤY MÌNH MAY MẮN NÊN XÓT THƯƠNG NGƯỜI KHÁC

chỉ sợ rằng sẽ không có ai thực sự tin tưởng, tiếp nhận, vâng làm theo. Nền giáo dục Phật-đà ắt sẽ theo khuynh hướng dần dần suy vi, cho đến khi diệt mất.

Cứ theo vận pháp của Phật thì có một ngàn năm chánh pháp (một ngàn năm đầu tiên ngay sau khi Phật nhập diệt), còn chưa quá xa thời của Phật, nên còn rất nhiều người tin tưởng, tu hành, thành tựu. Cho đến sau Phật nhập diệt bắt đầu từ một ngàn năm tiếp theo nữa, gọi là thời tượng pháp, cách Phật đã khá xa (từ một đến hai ngàn năm), Kinh điển, giáo pháp lưu truyền dần dần sai lệch ngày càng nhiều, thế nhưng cũng có không ít người tu tập thành tựu thiền định. Cho đến từ sau khi Phật nhập diệt đã hai ngàn năm, gọi là thời kỳ mạt pháp, cách Phật đã xa (từ sau hai ngàn năm trở về sau nữa), dần dần sự tu học không còn theo như Chánh pháp, còn nói gì đến chuyện được thành tựu, nhưng số người niệm Phật được sinh về cõi Phật A-di-đà vẫn còn không ít. Tuy nhiên, nhìn qua cả vận pháp vận đời, quả đúng là như ngài A-nan nói là "dần dần suy diệt mất". Ngày nay lại càng nặng nề hơn nữa. "Ôi đau đớn thay!" Trên thì đau đớn vì pháp Phật suy vi, không giáo hóa được chúng sinh; dưới thì đau đớn vì chúng sinh khổ não, không cách gì cứu độ.

Pháp Phật là sự chỉ dẫn để chúng ta đạt đến cuộc sống hạnh phúc tươi sáng. Pháp Phật suy mất rồi, những chúng sinh ngu mê khổ nạn từ nay về sau còn biết nương dựa vào đâu? Ba câu cuối cùng [của đoạn kinh văn này] là ngài A-nan thay mặt chúng sinh thỉnh Phật trụ thế.

Kinh văn dùng chữ "chúng lê" (眾黎) là để chỉ cho hết thảy muôn loài chúng sinh. Chữ "lê" dùng riêng để chỉ thường dân trăm họ, lê là màu đen, chỉ màu tóc của người thường dân, nên gọi là "lê dân bách tính" (thường dân trăm họ).

Ý ngài A-nan là, vì những thường dân trăm họ chịu nhiều khổ nạn, thỉnh cầu đức Phật chớ nên sớm nhập Niết-bàn.

Kinh văn dùng chữ "Nê-hoàn", cũng gọi là Niết-bàn, đều là [phiên âm từ] Phạn ngữ (nirvāṇa) của Ấn Độ, dịch ý là viên tịch, là nói việc công đức viên mãn, thanh tịnh tịch diệt. Chúng ta thường dùng với ý nghĩa chỉ việc rời bỏ thế gian này mà thị hiện đi vào tịch diệt.

Chư Phật, Bồ Tát, các bậc thầy giỏi, những người đạo đức đều là những bậc dẫn dắt cả hàng trời, người, là ruộng phước cho tất cả chúng sinh, cho nên chúng ta có trách nhiệm thỉnh cầu các ngài ở lại thế gian lâu dài, đem lòng từ bi thương xót hết thảy, giáo hóa chúng sinh, khiến cho tất cả đều được phá mê khai ngộ, lìa khổ được vui.

Phần văn xuôi của bản kinh này giảng giải đến đây là hết. Tiếp theo là giảng giải 28 đoạn kệ do ngài A-nan nói ra.

Trước khi giảng tiếp bản văn này, xin giảng giải sơ qua với quý vị về các thể văn chung của kinh Phật.

Nói chung, kinh Phật có 12 thể loại khác nhau, thuật ngữ Phật học gọi là Mười hai phần giáo, cũng gọi là Mười hai bộ kinh. Nếu cứ theo hình thức mà xét thì tất cả không ra ngoài ba thể loại lớn là: văn xuôi, kệ tụng và mật chú.

Thứ nhất là văn xuôi, tức thuộc loại tản văn, thuận tiện cho việc phát huy nghĩa lý, như ngựa trời bay giữa không trung, dọc ngang lên xuống tự tại tung hoành, khoái thích cùng cực.

Thứ hai là kệ tụng, tương tự như thể loại thi ca nhưng không xem nặng luật bằng trắc, cũng có thể ép vần, hoàn toàn không giống như niêm luật khắt khe trong thi ca. Kệ tụng có các loại ba chữ, bốn chữ, năm chữ, sáu chữ, bảy chữ, chín chữ không đồng đều, miễn sao có cú pháp chỉnh tề, thường thì bốn câu thành một đoạn, có thể đọc lên nghe hòa hợp âm điệu.

Kệ tụng trong bản kinh này là loại câu năm chữ, tất cả có 28 đoạn. Trong kinh Phật, thông thường theo sau phần văn xuôi đa số đều có phần kệ tụng, hoặc mật chú. Kệ tụng có ưu điểm là thuận tiện cho việc tụng đọc thuộc lòng, giúp người tu tập dần dần thâm nhập cảnh giới trong kinh văn, hơn nữa trong việc ngâm tụng thường xuyên có tiềm ẩn công năng chuyển hóa dần dần, càng thấy rõ sự khó nhọc giáo hóa của Phật-đà.

Thứ ba là mật chú, tuy trong bản kinh này không có nhưng các bài như chú Đại bi, chú Vãng sanh, chú Bạch y, chú Lục tự đại minh v.v... thì quả thật đại chúng đều quen thuộc. Nói một cách khái quát thì mật chú chỉ lưu giữ lại âm cổ xưa, hiếm khi dịch ra nghĩa. Nguyên nhân là vì trong mật chú đa số hàm chứa ngôn ngữ của chúng sinh trong sáu đường, nói chung khi tụng đọc thành thói quen, chỉ cần có sự thành tâm tụng niệm là có kết quả.

Như người Trung quốc thường tụng chú Lục tự đại minh, "Án ma ni bát mê hồng", Đại sư Chương Gia từng giải thích rằng, "án" nghĩa là thân, "ma ni" nghĩa là hoa sen, "bát mê" nghĩa là bảo vệ, nắm giữ, "hồng" nghĩa là tâm ý. Hợp nghĩa lại thì trọn câu chú này có nghĩa là giữ gìn ba nghiệp thân, khẩu, ý của tự thân mình, thanh tịnh tinh khiết như hoa sen.

Do đó có thể biết rằng, câu chú bao hàm ý nghĩa trọn đủ chân thật, hiền thiện, tốt đẹp, trí tuệ.

Lại nữa, một kinh trọn đủ ba thể loại, ba thể ấy lại đồng một nghĩa, mục đích đều là để khế hợp căn cơ.

PHẦN VI.
KỆ CAN NGĂN VÀ KHUYÊN DẠY CỦA NGÀI A-NAN

Phần này có bảy ý chính.] Thứ nhất, thỉnh Phật trụ thế. Thứ hai, nghi ngờ báng bổ là tội nặng. Thứ ba, nói về quả báo của các tội khác nhau. Thứ tư, nói về quả báo [tốt lành] của việc giữ năm giới. Thứ năm, nói về quả báo của tội nghi ngờ. Thứ sáu, nói về quả báo xấu ác của sự mê tín. Thứ bảy, đưa ra lời khuyên kết lại.

Kinh văn

阿難因而諫頌曰。

A-nan nhân nhi gián tụng viết.

Dịch nghĩa

Ngài A-nan nhân đó liền nói kệ can ngăn [Phật nhập Niết-bàn].

Một câu này nói lên động cơ nói kệ của ngài A-nan. Nói "nhân đó" là nhân vì phần trước đã nói, tự thấy mình may mắn [được gặp Phật] mà thương xót những chúng sinh khác, biết rằng những chúng sinh thời mạt thế thật hết sức khổ não. Như vậy, ngài A-nan không chỉ thay mặt chúng sinh đời mạt thế thỉnh Phật trụ thế, mà hơn thế nữa ngài còn dùng đến thi ca (kệ tụng) để khuyến khích sự tu tập của người đương thời cũng như hàng đệ tử Phật đời sau, nhất thiết phải tin tưởng lời Phật dạy, y theo lời dạy vâng làm.

[Sau câu kinh này là] hai mươi tám đoạn kệ tụng, có thể phân chia làm 7 phần.

Phần 1. Gồm 3 đoạn kệ, thỉnh Phật trụ thế.

Phần 2. Gồm 3 đoạn kệ, nhắc lại tội nặng của sự nghi ngờ, báng bổ.

Phần 3. Gồm 4 đoạn kệ, nói về quả báo khác biệt của các loại tội lỗi.

Phần 4. Gồm 4 đoạn kệ, nói về quả báo [tốt lành] của việc giữ theo năm giới.

Phần 5. Có 3 đoạn kệ, nói về quả báo khổ não của tội nghi ngờ.

Phần 6. Gồm 6 đoạn kệ, nói về quả báo của sự mê tín.

Phần 7. Gồm 5 đoạn kệ, xưng tán ơn Phật lớn lao, khuyến khích việc gieo nhân lành.

1. Thỉnh Phật trụ thế

1.1. Thỉnh Phật trụ thế

Kinh văn

佛為三界護，
恩廣普慈大，
願為一切故，
未可取泥洹。

*Phật vi tam giới hộ,
Ân quảng phổ từ đại,
Nguyện vi nhất thiết cố,
Vị khả thủ Nê-hoàn.*

Dịch nghĩa

Ba cõi nhờ Phật chở che,
Ân đức từ bi rộng lớn,
Nguyện vì thương tưởng chúng sinh,
Thế Tôn không nhập Niết-bàn.

Đoạn kệ này là ngài A-nan vì đại chúng mà thỉnh cầu đức Phật trụ thế. Trong mười đại nguyện của ngài Phổ Hiền, nguyện thứ bảy là "thỉnh Phật trụ thế". Do đó, thỉnh Phật trụ thế chính là bản nguyện của người đệ tử Phật. Có thể nói, Tôn giả A-nan thực sự là đang thực hiện hoằng nguyện lớn lao của đạo Bồ Tát.

Hai câu đầu trong bài kệ nói lên lý do phải thỉnh Phật trụ thế.

"Ba cõi nhờ Phật chở che." Đức Phật thực sự là bậc che chở cho chúng sinh trong ba cõi sáu đường. Chỉ có Phật mới đủ khả năng làm thành trì che chắn bảo vệ chúng ta, là chỗ nương dựa, cậy nhờ của hết thảy chúng sinh, là chỗ chân chánh để quay về nương theo của hết thảy chúng sinh. Cho nên nói là "ân đức từ bi rộng lớn". Ân đức từ bi của Phật trùm khắp chúng sinh trong chín pháp giới, hóa độ mọi căn cơ, rộng lớn không cùng tận.

Hai câu sau của bài kệ này là lời khẩn nguyện của ngài A-nan. Trong tâm ngài A-nan khẩn nguyện đức Phật từ bi thương xót, vì hết thảy những chúng sinh khổ não đang chìm đắm trong mê lầm không thể tự mình thoát khổ mà không nhập Niết-bàn, khẩn cầu Phật ở lại dài lâu trong nhân gian.

1.2. Chúng sinh do tội chướng không gặp được Chánh pháp

Kinh văn

值法者亦少，
盲盲不別真，
痛矣不識者，
罪深乃如是。

> Trực pháp giả diệc thiểu,
> Manh manh bất biệt chân,
> Thống hĩ bất thức giả,
> Tội thâm nãi như thị.

Dịch nghĩa

> Ít người gặp được Chánh pháp,
> Mù tối không phân chánh tà.
> Đớn đau thay người không biết,
> Tội chướng sâu nặng đến thế.

Đoạn kệ này ngài A-nan nêu ý dạy bảo quở trách chúng sinh. Quở trách thật ra là thương xót, hy vọng chúng sinh có thể sửa lỗi, tự làm trong sạch bản thân mình.

"Ít người gặp được Chánh pháp", đây là ý nói "Phật pháp khó được nghe", là do tội chướng của chúng sinh quá sâu nặng, nên cơ duyên được gặp Phật nghe pháp không nhiều. Vì sao như vậy? Vì "mù tối không phân chánh tà". Kinh Thủ Lăng Nghiêm, quyển sáu, nói rằng: "Vào thời mạt pháp, cách Phật ngày càng xa, bọn thầy tà thuyết pháp nhiều như cát sông Hằng." Cũng trong kinh này, quyển chín lại nói: "Bọn quân ma thời mạt pháp vào trong pháp Phật, xuất gia tu đạo... khiến cho người chân chính tu hành rốt lại đều là quyến thuộc của ma." Đọc qua đoạn kinh văn này, nghĩ đến việc thời nay kẻ thấy biết chân chánh rất ít, ắt phải nghiêm trì giới luật, tu định, khai tuệ, mới có thể theo đường chân chánh.

Nhìn thấu, buông xả, trì giới, niệm Phật, cầu sinh Tịnh độ, là người có căn cơ bậc thượng thượng. Người có trí tuệ bậc thượng thượng, xả bỏ nơi này mà không rơi vào chúng ma thật rất hiếm có. Ở đây kinh văn nêu ví dụ trong tâm mù mờ, mắt nhìn tối tăm, không phân biệt được pháp Phật chân chánh.

Hai câu kệ sau nói lên ý ngài A-nan, thấy chúng sinh mê muội điên đảo mà sinh lòng thương cảm. Ngài A-nan trong lòng đau xót nhìn thấy chúng sinh tội chướng sâu nặng, tự mình làm chướng ngại duyên lành với Chánh pháp. Chư Phật, Bồ Tát tuy vẫn thường thị hiện trong thế gian, nhưng chúng sinh do không có phước lành nên cho dù có gặp cũng không chịu tin nhận. Lại còn có một số người nhận lấy tà thần, tà pháp mà cho là pháp Phật, không phân biệt được giữa Phật với ma, thật hết sức đau đớn đáng thương.

Vì sao lại không nhận biết được? Quả thật là do sự che chướng của nghiệp tội trong quá khứ quá sâu nặng cho nên mới thành ra như vậy.

1.3. Ít người hoằng pháp, đạo dần dần suy mất

Kinh văn

宿福值法者，
若一若有兩，
經法稍稍替，
當復何恃怙。

> *Túc phúc trực pháp giả,*
> *Nhược nhất nhược hữu lưỡng,*
> *Kinh pháp sảo sảo thế,*
> *Đương phục hà thị hỗ?*

Dịch nghĩa

> Người đủ phước duyên gặp Pháp,
> Trong ngàn muôn chỉ một, hai.
> Kinh điển, giáo pháp mất dần,
> Còn biết nương dựa vào đâu?

Đoạn này là cuối cùng của phần kệ tụng thứ nhất [gồm 3 đoạn], nói lên việc số người gặp được pháp Phật trong thực tế là rất hiếm hoi. Do đó mà pháp Phật tất nhiên phải dần dần suy mất.

Khổng tử nói: "Người có thể truyền rộng đạo, không phải đạo có thể truyền rộng người." Nay đạo không có người truyền rộng, làm sao có thể không bị suy mất?

"Người đủ phước duyên gặp Pháp, trong ngàn muôn chỉ một, hai." Hai câu kệ này nói lên rằng, dù có những người nhờ phước lành đời trước nên được gặp pháp Phật, nhưng bất quá cũng chỉ là một, hai trong số ngàn muôn người. Nếu không có phước lành đời trước thì tất nhiên suốt đời không được nghe biết đến pháp Phật.

Phật dạy rằng: "Thân người khó được, pháp Phật khó được nghe." Nay hãy nghĩ đến việc chúng ta đều đã được thân người, lại được nghe pháp Phật, nếu tu hành không được kết quả gì thì chẳng phải là đáng tiếc lắm sao?

Trước đây có người hỏi về ý nghĩa của việc [người xuất gia] ngày chỉ ăn một bữa, tôi đáp là làm người nghèo khốn. [Việc hoằng pháp] không nên cầu được nhiều người, mà cốt yếu phải được người tin nhận. Nếu như đi đến đâu cũng cố cầu cho được nhiều người, ắt sẽ khiến người ta không tin tưởng mình, ngược lại còn khởi sinh nghi ngờ chuốc lấy tội nặng. Cho nên, người đệ tử Phật nên nhận lấy những nỗi khổ mà người khác không muốn nhận, nên làm những việc người khác không muốn làm, phải nhẫn nhục, khiêm nhường, chẳng phải vì đó là thanh cao, chỉ vì hết thảy mọi việc trước tiên đều nghĩ đến phải làm lợi lạc chúng sinh mà thôi.

"Kinh điển, giáo pháp mất dần, còn biết nương dựa vào đâu?" Người Phật tử nếu không thể rộng truyền Chánh pháp, tất nhiên Chánh pháp phải dần dần bị bỏ mất. Người Phật tử phải nhận lãnh trách nhiệm hết sức lớn lao trong việc Phật pháp bị bỏ mất.

Phật pháp bị sai lệch, Phật pháp bị bỏ mất, đều là do người được truyền dạy nhưng không tu tập. Cơ duyên giải thoát của chúng sinh bị mất đi rồi, người đời sau còn biết dựa vào đâu để tự cứu tự thoát? Khác nào như đứa trẻ thơ mồ côi cha mẹ, sự khổ não ấy có thể hình dung mà biết được. Đây cũng là nguyên do ngài A-nan thỉnh Phật trụ thế.

Ngày nay chúng ta cách Phật đã xa, may mắn còn được gặp những bậc tri thức, những bậc thầy giỏi, những người đạo đức. Tôi nay cũng như Tôn giả A-nan, hết lòng khẩn cầu chư vị này ở lại thế gian, làm lợi ích cho hàng trời, người, như vậy mới không phụ ơn dạy bảo của Phật, của ngài A-nan.

Mời xem tiếp phần kệ tụng thứ hai, cũng gồm ba đoạn kệ, nói về việc nghi ngờ, báng bổ Phật pháp, khiến cho người khác đối với Phật pháp đánh mất lòng tin, đánh mất cơ duyên phá mê khai ngộ, lìa khổ được vui, như vậy là tạo thành tội nặng.

2. Nghi ngờ báng bổ là tội nặng

2.1. [Chúng sinh do tội chướng không được nghe pháp]

Kinh văn

佛恩非不大，
罪由眾生故，
法鼓震三千，
如何不得聞。

Phật ân phi bất đại,
Tội do chúng sinh cố,
Pháp cổ chấn tam thiên,
Như hà bất đắc văn?

Dịch nghĩa

> Ơn Phật lớn lao trùm khắp,
> Chỉ do tội chướng chúng sinh.
> Trống Pháp rền vang khắp cõi,
> Vì sao vẫn không được nghe?

Bài kệ tụng thứ nhất trong phần này nói trường hợp giáo pháp được diễn giảng nhưng chúng sinh vẫn không được nghe. Phật thuyết pháp độ sinh, ân đức lớn lao trùm khắp. Nếu Phật không thuyết pháp, đối với chúng sinh ắt không có ân đức gì. Chỉ đáng tiếc là quả thật chỉ do chúng sinh nhiều nghiệp tội, tự mình tạo ra, đó là bám chấp, là vọng tưởng, tự vạch ra giới hạn cho chính mình, lại tự trói buộc, ngăn cách với đạo lớn của thánh nhân. Trong kinh Lăng Nghiêm gọi đây là "nhận chút bọt nước mà bỏ cả biển lớn".

Hai câu sau của bài kệ nói, chư Phật, Bồ Tát trong mười phương ba đời, không một lúc nào, không một nơi nào không thuyết giảng giáo pháp, tiếng thuyết pháp của các ngài như tiếng trống lớn vang rền, vang xa khắp đại thiên thế giới, nhưng do chúng sinh bị nghiệp tội che chướng bản tánh nên không thể nghe được. Đây chính là "ngàn dặm sông nước, ngàn dặm trăng soi", nhưng nếu trên mặt sông nổi sóng ắt không còn thấy được bóng trăng. "Mặt nước" trong tâm chúng sinh cũng vậy, mặt nước tâm thanh tịnh ắt nghe được âm thanh Phật pháp, mặt nước tâm loạn động ắt không thể nghe được lời thuyết pháp.

Vào đời Tùy, Đại sư Thiên Thai Trí Giả tự thân nhìn thấy Pháp hội Linh Sơn vẫn còn chưa tan, đó là một minh chứng. Cho nên, trong kinh Phật để xác tín thường chỉ nói "một thời" mà không nói đến ngày tháng năm cụ thể, ý nghĩa cũng là như vậy.

2.2. [Người đời tự sa đọa]

Kinh văn

世濁多惡人，
還自墮顛倒，
諛諂誹訾聖，
邪媚毀正真。

> Thế trược đa ác nhân,
> Hoàn tự đọa điên đảo,
> Du siểm tỉ ti thánh,
> Tà mị hủy chính chân.

Dịch nghĩa

> Đời ô trược nhiều xấu ác,
> Điên đảo nên tự sa đọa.
> Siểm nịnh, chê bai bậc thánh,
> Tà mị hủy hoại chánh chân.

Đoạn kệ tụng này nói việc người đời tự mình sa đọa, tạo tội hủy báng Phật pháp. "Đời ô trược" là nói thế gian có năm sự uế trược,[1] nhiều người tạo mười nghiệp xấu ác. Những người như vậy nhất định đều là tự mình sa đọa. Cho nên trong kinh nói rằng: "Điên đảo nên tự sa đọa." Lời tục nói: "Người tìm về nơi cao, nước chảy về chỗ thấp." [Kinh Dịch nói:] "Vật cùng loài họp nhau thành bầy, người

---

[1] Năm sự uế trược (ngũ trược) là kiếp trược, kiến trược, phiền não trược, chúng sinh trược, mạng trược.

hợp ý phân chia thành phần."¹ Nhưng tham dục làm tâm mê muội, lợi lộc khiến trí hôn ám, trong mảnh ruộng tám thức² của chúng sinh, các hạt giống tập khí xấu ác đặc biệt rất nhiều, hơn nữa còn vô cùng mạnh mẽ, cho nên một khi gặp duyên xấu ác liền giống như nước tự nhiên chảy về chỗ thấp, họ cũng điên đảo thác loạn, càng sa đọa càng lún sâu.

"Siểm nịnh" là chỉ những kẻ vào trong Phật pháp để phá hoại Phật pháp, thật ra họ chỉ vì danh tiếng, lợi dưỡng mà thôi nhưng giả cách như phụng sự đạo Phật.

Kinh văn dùng chữ "tỉ ti thánh" (譭訾聖), tỉ (譭) là nói lời độc ác, ti (訾) là chê bai hủy báng, nói chung là cố ý báng bổ Phật pháp, hủy báng các bậc thánh hiền. Nhưng thật ra, tâm ý của chư Phật, Bồ Tát, các bậc thánh hiền vốn sáng chói như mặt trời, mặt trăng, làm sao có thể gây tổn hại được? Người mê muội không có trí tuệ, muốn dùng tà pháp trái lẽ thường để hủy diệt chân lý chánh pháp. Nên biết rằng, chân lý chánh pháp nhất định không thể diệt mất, không phải tà pháp có thể thắng được chánh pháp, bất quá chỉ là nhất thời che ám, khiến người ta mê hoặc mà thôi. Kết quả nhất định là [kẻ xấu ác phải] tự làm tự chịu.

Trong đời mạt pháp này, thường thấy những kẻ tà kiến tin theo tà đạo, đông đảo hơn rất nhiều so với những người tu học chánh pháp Phật pháp. Đó là mê muội không phân biệt được chánh tà. Quả thật rất đáng thương xót.

Mời xem tiếp đoạn kệ cuối cùng trong phần này.

---

¹ Nguyên văn: 物以類聚，人以群分 (Vật dĩ loại tụ, nhân dĩ quần phân.) Ý nói loài vật cùng loài sống thành bầy đàn, con người hợp chí hướng cũng kết hợp với nhau, nhưng do đó lại phân chia thành các hội, nhóm, tổ chức khác nhau, thành phần khác nhau.

² Tám thức: bao gồm nhãn thức, nhĩ thức, tỉ thức, thiệt thức, thân thức, ý thức, mạt-na thức và a-lại-da thức (hay tạng thức).

2.3. Tội càng thêm tội

Kinh văn

不信世有佛，
言佛非大道，
是人是非人，
自作眾罪本。

> *Bất tín thế hữu Phật,*
> *Ngôn Phật phi đại đạo,*
> *Thị nhân thị phi nhân,*
> *Tự tác chúng tội bản.*

Dịch nghĩa

> Không tin trong đời có Phật,
> Nói Phật pháp không Chánh đạo.
> Kẻ ấy không xứng là người,
> Tự tạo gốc mọi tội lỗi.

Những kẻ tà kiến không tin rằng trong đời này có Phật. Phật là bậc đại trí, đại giác, nhưng họ cho rằng pháp Phật không phải là chánh đạo. Khổng tử nói: "Biết nói là biết, không biết nói là không biết, như vậy mới thật là biết." Đối với giáo nghĩa trong kinh Phật, nếu như chưa am hiểu được mà nói rằng Phật pháp không phải chánh đạo thì chính là những kẻ cuồng si mê vọng.

Lục tổ của Thiền tông [Trung Hoa] khi khai thị cho thiền sư Pháp Đạt dạy rằng: "Phật nghĩa là giác. Phân ra bốn môn: Khai mở tri kiến giác, chỉ bày tri kiến giác, nhận ra tri kiến giác, và nhập vào tri kiến giác. Nếu nghe lời khai mở, chỉ bày, liền có thể nhận ra, nhập vào, chính là tri kiến giác, chân tánh xưa nay liền xuất hiện. Ông phải cẩn thận đừng hiểu sai ý kinh, thấy trong kinh nói những việc khai mở, chỉ bày, nhận ra, nhập vào mà cho đó chỉ là tri kiến của Phật, còn mình không có phần. Nếu hiểu như vậy tức là báng bổ kinh, chê bai Phật. Nếu đã là Phật, có đủ tri kiến, cần gì khai mở? Nay ông phải tin rằng, tri kiến Phật là chỉ tự tâm ông, không có Phật nào khác nữa."

Do đó có thể biết rằng, Phật pháp thật là chánh pháp, chân pháp, đại pháp của tự tánh, vì sao lại không tin? Những kẻ không tin [vào Phật pháp], tuy mang đầy đủ vóc dáng con người nhưng thật ra đã đánh mất nhân cách căn bản rồi. Nhân cách của Nho gia là nhân, nghĩa, lễ, trí, tín; nhân cách trong Phật pháp là năm giới với mười nghiệp lành.

Vất bỏ nhân, nghĩa, lễ, trí, tín, phạm vào năm giới cấm, lấy chỗ không biết gượng cho là biết, cố chấp vào vọng tưởng phân biệt của chính mình, mê lầm rơi vào tư tưởng tà kiến, nói năng hành động tà ác, đó chính là căn bản của mọi tội nghiệp nặng nề.

"Tự tạo gốc mọi tội lỗi." Tự tạo là nói tự tạo ra nhân xấu ác, gốc mọi tội lỗi là nói quả báo khổ não trong ba đường ác. Do đó có thể biết rằng, hết thảy mọi nguồn gốc tội lỗi xấu ác ở thế gian đều do không tin Phật pháp mà khởi sinh.

Mời quý vị xem tiếp kinh văn, phần kệ tụng thứ ba gồm bốn đoạn kệ, nói rõ quả báo của các tội lỗi khác nhau, mong mọi người hãy suy ngẫm thật sâu sắc.

3. Quả báo các tội khác nhau

3.1. [Quả báo chung nơi địa ngục]

Kinh văn

命盡往無擇，
刀劍解身形，
食鬼好伐殺，
鑊湯涌其中。

> Mệnh tận vãng vô trạch,
> Đao kiếm giải thân hình,
> Thực quỷ háo phạt sát,
> Hoạch thang dũng kì trung.

Dịch nghĩa

> Chết đi làm quỷ không nhà,
> Đao kiếm cắt xẻo thân thể.
> Thực quỷ hung hăng chém giết,
> Bị ném vào trong chảo nóng.

Đoạn kệ này là nói về quả báo chung trong địa ngục, nói rằng những ai phạm vào các tội nặng như đã nói ở đoạn trước, sau khi chết ắt phải đọa làm quỷ không nhà. "Không nhà" ở đây chỉ địa ngục Vô gián, trong kinh Lăng Nghiêm và kinh Địa Tạng đều có mô tả chi tiết rõ ràng.

Ba câu kệ sau nói về những hình phạt khổ não trong địa ngục, có núi đao rừng kiếm. "Thực quỷ" là chỉ chung các quỷ đầu trâu mặt ngựa, ác quỷ dạ xoa. Các quỷ này tính tình hung bạo, ưa giết hại. "Chảo nóng" là chỉ vạc dầu sôi nóng.

3.2. [Quả báo của tội tham dâm]

Kinh văn

婬泆抱銅柱，
大火相燒然。
誹謗清高士，
鐵鉗拔其舌。

> *Dâm dật bão đồng trụ,*
> *Đại hỏa tương thiêu nhiên.*
> *Phỉ báng thanh cao sĩ,*
> *Thiết kiềm bạt kỳ thiệt.*

Dịch nghĩa

> Kẻ tham dâm, ôm trụ đồng,
> Bị lửa dữ thường thiêu đốt.
> Phỉ báng những bậc cao quý,
> Bị kiềm sắt kẹp rút lưỡi.

Hai câu kệ đầu tiên trong đoạn này nói về quả báo của những kẻ tà dâm. Ôm trụ là hình dạng giống như [kẻ đang hành dâm], lửa thiêu là chiêu cảm [từ lửa dục]. Cho nên, tội báo thực sự là do tập khí trong tự tâm mình chiêu cảm mà thành.

Hai câu kệ tiếp theo sau nói về quả báo của tội phỉ báng, đọa vào địa ngục rút lưỡi. Con người chỉ vì không biết chuyện tốt xấu, thiện ác nên mới tạo khẩu nghiệp [như vậy]. Nếu biết rõ nhân quả thiện ác báo ứng, ắt có thể tránh xa tà vạy, quay về chánh đạo, gần gũi những bậc hiền thiện.

"Bậc cao quý" là chỉ những bậc cao tăng xuất gia, hàng cư sĩ tại gia cao quý, cũng chính là những bậc thầy hiền thiện, đạo đức.

3.3. [Quả báo của tội uống rượu say sưa]

Kinh văn

亂酒無禮節，
迷惑失人道。
死入地獄中，
洋銅沃其口。

Loạn tửu vô lễ tiết,
Mê hoặc thất nhân đạo,
Tử nhập địa ngục trung,
Dương đồng ốc kỳ khẩu.

Dịch nghĩa

Say rượu bỏ mất lễ tiết,
Si mê mất đạo làm người,
Chết phải đọa vào địa ngục,
Nước đồng sôi rót vào miệng.

Đoạn kệ này nói về quả báo của tội uống rượu say sưa. Uống rượu say sưa là cửa vào của sự buông thả phóng túng. Đức Phật biết rõ đó là cội gốc của khổ não nên [trong năm giới cấm] đã dạy người phải tránh xa. Ăn thịt [chúng sinh] là diệt mất hạt giống đại từ, đức Phật biết rõ đó là nhân giết hại nên dạy người ăn chay, nuôi lòng từ bi hiền thiện, cảm được thọ mạng lâu dài, chính là bố thí sự an ổn không sợ hãi [cho chúng sinh].

Đến như trong Giáo pháp của Phật cũng có lẽ quyền nghi phương tiện, có lẽ chân thật rốt ráo. Quyền biến thì dẫn dắt dần dần, chấp nhận lỗi nhẹ để trừ lỗi nặng, ban đầu tuy nói rằng [lỗi nhẹ ấy là] không phạm nhưng dựa vào lý lẽ che chướng thì không phải là không có lỗi. Theo lời dạy chân thật rốt ráo thì dù lỗi nặng hay nhẹ cũng đều ngăn cấm, trước sau đều trong sạch không phạm, đó gọi là trì giới.

Năm giới trong Phật pháp, đối với bốn giới "sát, đạo, dâm, vọng" (giết hại, trộm cướp, tà dâm, nói dối) thì đại chúng đều tin nhận không nghi ngại. Riêng đối với giới cấm uống rượu, có người cho rằng việc uống rượu tự nó không thể xem là lỗi lầm gì cả, mà quả thật cũng đúng như vậy. Cho nên, bốn giới vừa nêu trước gọi là "tánh tội" (性罪), riêng giới cấm uống rượu gọi là "già tội" (遮罪).[1] Chữ "già" (遮) có nghĩa là ngăn trước, phòng ngừa, ý nói ngăn ngừa việc sau khi uống rượu có thể sẽ phạm vào cả bốn giới trước. Cho nên việc uống rượu, nhất là uống đến say sưa, được kể là giới cấm nghiêm trọng.

Kinh văn trong câu kệ thứ nhất nói việc uống rượu say

---

[1] "Tánh tội" (性罪) là những tội do tính chất của sự việc, nên khi phạm vào là thành tội, bất kể người đó có thọ giới hay không. Như các tội sát, đạo, dâm, vọng, cho dù là đệ tử Phật hay không, có thọ giới hay không, nếu phạm vào vẫn thành tội, phải chịu tội báo. Già tội (遮罪) là những tội do có sự ngăn cấm mà không vâng giữ nên thành tội, vì vậy chỉ những người chấp nhận sự ngăn cấm đó, tức là có thọ giới, thì mới thành tội. Ví dụ như việc uống rượu, đối với người không thọ giới thì không có tội. Nhưng đối với người đã thọ trì Năm giới thì uống rượu là đã thành tội, vì có sự ngăn cấm của giới mà vẫn phạm vào.

dẫn đến thái độ hành vi thất lễ, câu kệ thứ hai nói việc đánh mất đạo làm người.¹ Đạo làm người chính là năm giới cấm. Phạm vào năm giới cấm là đánh mất đạo làm người.

Hai câu kệ sau là nói về quả báo đọa vào địa ngục có nước đồng sôi.²

3.4. [Quả báo chung của việc hủy phạm năm giới]

Kinh văn

遭逢眾厄難，
毒痛不可言，
若生還為人，
下賤貧窮中。

> *Tao phùng chúng ách nạn,*
> *Độc thống bất khả ngôn,*
> *Nhược sinh hoàn vi nhân,*
> *Hạ tiện bần cùng trung.*

Dịch nghĩa

> Thường gặp đủ mọi tai nạn,
> Đau đớn không sao nói hết.
> Nếu được sinh lại làm người,
> Phải chịu nghèo khốn hèn hạ.

---

¹ Trong nhiều kinh điển, Phật dạy rằng, việc giữ theo năm giới là nhân để được sinh vào cõi người. Ở đây nên hiểu đánh mất đạo làm người nghĩa là đánh mất cơ hội được tái sinh với thân người, cũng đồng nghĩa với việc phải đọa vào ba đường ác.

² Nguyên văn là "dương đồng", tức là đồng bị đun nóng đến mức chảy ra thành nước đồng lỏng. Tội nhân bị hành hình bằng cách rót nước đồng nóng đó vào trong miệng.

Đoạn kệ này là tổng kết lại những quả báo khổ não của việc phạm vào năm giới cấm.

Hai câu kệ đầu nói về khổ não trong ba đường ác, thật không thể nói hết. Hai câu kệ sau nói việc sau khi nhận chịu tội báo trong ba đường ác đã xong rồi, ví như có được sinh trở lại trong cõi người, thì do tập khí quả báo xấu ác vẫn chưa dứt hết nên sẽ chiêu cảm phải chịu quả báo làm người nghèo khốn hèn hạ. Lẽ cảm ứng rõ ràng sáng tỏ như thế, quả thật rất đáng sợ. Người học Phật ắt phải hiểu rõ lẽ này, biết rõ việc này, sau đó mới có thể tìm lành lánh dữ.

Phần trên đã giảng xong hậu quả của việc phạm vào năm giới cấm. Kinh văn kể từ câu đầu tiên của dòng thứ tư trang 10 "Không giết hại, được sống lâu" trở đi là phần thứ tư, có bốn đoạn kệ tụng, nói rõ phước báo của việc giữ năm giới.

4. Quả báo tốt lành của việc giữ năm giới

4.1. [Quả báo của việc không giết hại, không trộm cướp]

Kinh văn

不殺得長壽，
無病常康強；
不盜後大富，
錢財恒自滿。

> *Bất sát đắc trường thọ,*
> *Vô bệnh thường khang cường.*
> *Bất đạo hậu đại phú,*
> *Tiền tài hằng tự mãn.*

Dịch nghĩa

> Không giết hại, được sống lâu,
> Thân không bệnh, thường khỏe mạnh.
> Không trộm cướp, sau được giàu,
> Chuyện tiền bạc luôn đầy đủ.

Hai câu kệ đầu tiên nói về quả báo thù thắng của việc không giết hại. Chúng ta đều biết rằng, bất kỳ sinh vật nào có máu huyết thì nhất định đều có sự tri giác, nhận biết. Đã có tri giác nhận biết ắt cùng một thể tánh. Kinh Lăng Nghiêm dạy rằng: "Như Lai thường nói, các pháp khởi sinh đều do tâm hiển hiện. Hết thảy nhân quả, các thế giới nhiều như bụi nhỏ, đều từ nơi tâm mà thành thể, trong đó thậm chí là cọng cỏ lá cây, xét đến cùng đều có tánh thể."

Đối với sự sống không gây tổn hại, đó mới thực sự là từ bi. Đem tâm từ bi bình đẳng chân thật mà nuôi dưỡng sự sống, tự nhiên sẽ được quả báo sống lâu, khỏe mạnh, không bệnh tật. Người đệ tử Phật không chỉ là không giết hại mà còn phải ăn chay, phóng sinh. Đó mới là suy mình biết người, là việc thiện tốt nhất biết yêu người thương vật. Đệ tử Phật cũng là người thấu hiểu đạo dưỡng sinh hơn hết trong đời. Ăn chay thực sự là thực hành đủ các phép vệ sinh (bảo vệ sinh lý khỏe mạnh), vệ tính (bảo vệ tính tình lành mạnh), vệ tâm (bảo vệ tâm lý lành mạnh), cho nên quả báo không bệnh, khỏe mạnh, sống lâu chính là kết quả tất nhiên phải có. Nếu chúng ta muốn được không bệnh, khỏe mạnh, sống lâu thì phải nuôi dưỡng tâm từ bi bình đẳng, không giết hại, thực hành phóng sinh, ăn chay trường.

Hai câu kệ tiếp theo nói về quả báo tốt lành của việc không trộm cướp.

Người học đạo trước tiên cần phải biết đủ, an ổn trong cảnh nghèo vẫn vui với đạo hạnh, dùng trí tuệ thanh tịnh mà rộng làm việc bố thí. Bố thí tiền tài thì ngày sau được giàu sang, bố thí pháp thì ngày sau được trí tuệ, bố thí sự an ổn không sợ sệt thì ngày sau được khỏe mạnh sống lâu.

Trong Giới kinh dạy rằng: "Vàng bạc đồ quý của người khác, cho đến dù chỉ một cây kim, cọng cỏ, không cho thì không được lấy." Nếu là tài vật của thường trụ, của chính phủ, của dân chúng, hết thảy mọi vật, hoặc cướp đoạt lấy, hoặc trộm lấy, hoặc lừa bịp để lấy, thậm chí cho đến khai gian trốn thuế v.v... cũng đều là phạm tội trộm cắp.

Trộm cắp mà lấy được của người, đó là trong vận số [nhân quả] của bản thân mình đã sẵn có. Nếu không phải vậy, dù có dùng mọi cách xảo trá trộm cắp cũng không thể lấy được gì. Cho nên lời xưa nói rằng: "Người quân tử thấy vui được làm quân tử, kẻ tiểu nhân luôn thấy mình oan uổng phải làm tiểu nhân." Lời này quả thật là rõ biết vận mạng [nhân quả]. Cho nên, người không trộm cắp, thường bố thí, được quả báo tiền tài sử dụng không thiếu.

Thương thay! [Đã biết lẽ nhân quả như vậy thì] vì sao phải khổ nhọc thấy tiền tài khởi tâm trộm cắp?

4.2. [Quả báo của việc dứt trừ dâm dục]

Kinh văn

不婬香清淨，
身體鮮苾芬，
光影常奕奕，
上則為大王。

> *Bất dâm hương thanh tịnh,*
> *Thân thể tiên bật phân.*
> *Quang ảnh thường dịch dịch,*
> *Thượng tắc vi đại vương.*

Dịch nghĩa

> Không dâm là hương thanh tịnh,
> Thân thể thơm tho tươi đẹp.
> Thần sắc thường luôn sáng láng,
> Đời sau được ở ngôi vua.

Đoạn kệ này nói về quả báo thù thắng của việc giữ giới không dâm dục. Hai câu kệ đầu tiên nói rõ việc không dâm dục chiêu cảm được quả báo thân thể tươi đẹp tinh khiết thơm tho, ý nói là hương thơm sắc đẹp được người xa biết đến.

"Thần sắc thường luôn sáng láng", ý nói đến phong độ, phong thái, cũng chính là thần khí, tinh thần. Kinh văn dùng chữ "dịch dịch" (奕奕) nghĩa là to lớn, vĩ đại, nhưng ở đây phải hình dung mô tả thần sắc sáng láng người khác không thể sánh bằng.

"Đời sau được ở ngôi vua." Ngôi vua là nói bậc quốc chủ, lãnh đạo, cao quý nhất trong nước, là tước vị cao nhất của con người. Đây là nói quả báo của người không dâm dục, nhờ phước đức có được mà sinh trong loài người có thể chiêu cảm được ngôi vua cao quý.

Trong kinh Phật dạy rằng, thân dứt trừ dâm dục thì được sinh lên ba tầng trời cao của Dục giới. Đó là cõi trời Đâu-suất, cõi trời Hóa Lạc và cõi trời Tha hóa Tự tại. Tâm dứt trừ dâm dục ắt được sinh lên cõi trời Sắc giới, Vô sắc giới, cõi trời Tứ thiền, cõi trời Tứ không. Điều này cũng có thể hiểu là được quả báo thù thắng sinh lên cõi trời làm vị Thiên vương.

4.3. [Quả báo của việc không nói dối, không uống rượu]

Kinh văn

至誠不欺詐，
為眾所奉承；
不醉後明了，
德慧所尊敬。

> Chí thành bất khi trá,
> Vi chúng sở phụng thừa.
> Bất túy hậu minh liễu,
> Đức tuệ sở tôn kính.

Dịch nghĩa

> Tâm chí thành, không dối trá,
> Vì khắp đại chúng phụng sự.
> Không say sưa, trí sáng suốt,
> Bậc trí đức được tôn kính.

Hai câu kệ đầu tiên là nói về quả báo của việc không nói dối.

Đức Phật là bậc tôn quý nhất trong ba cõi, nhưng ngài vẫn vì hết thảy thánh hiền, trời, người, chúng sinh muôn loài mà phụng sự, không hề có sự phân biệt, đó là thành tín.

Tâm chí thành chính là chân tâm, là chân như bản tánh, ắt phải hiểu sâu hiểu rõ lẽ nhất chân, ngộ nhập vào cảnh giới thật tướng duy nhất, sau đó mới có thể đạt đến mức cùng cực chí thành, không dối trá lừa gạt, cũng chính là lòng từ không điều kiện và tâm đại bi đồng thể.

Cho nên, người mới học đạo nhất định phải từ chỗ thành tín mà khởi tu. Trước hết tu tập tâm địa quang minh chính đại, hết thảy việc làm không có gì phải che giấu người khác, ngay trong đó đã có đủ niềm pháp hỷ chân thường.

Câu kệ thứ hai ý nói, người có tâm thành tín không dối lừa, ắt được hết thảy đại chúng ủng hộ. Đại chúng đã kính thuận vâng theo thì không việc gì không làm được. Người Phật tử muốn noi gương Phật cứu độ chúng sinh, trước tiên phải tu tâm thành tín.

Hai câu sau của đoạn kệ này nói về quả báo tốt lành của việc không uống rượu.

Người đệ tử Phật "nguyện được trí tuệ chân thật sáng suốt", mà không uống rượu chính là giữ gìn thân tâm thanh tịnh, định tuệ tròn đầy sáng suốt, cứu độ giáo hóa tất cả chúng sinh, làm người đạo đức trí tuệ, được đại chúng tôn kính.

Đoạn kệ tiếp theo bên dưới nói về quả báo thù thắng, được năm phúc lành cùng đến.

4.4. Quả báo năm phúc lành cùng đến

Kinh văn

五福超法出，
天人同儔類，
所生億萬倍，
真諦甚分明。

Ngũ phúc siêu pháp xuất,
Thiên nhân đồng trù loại.
Sở sinh ức vạn bội,
Chân đế thậm phân minh.

Dịch nghĩa

Năm phúc lành vượt thế gian,
So cùng chư thiên không khác.
Tăng tiến gấp muôn ngàn lần,
Nhân quả hết sức rõ ràng.

Năm phúc lành theo như trong kinh này mà nói thì gồm có: Thứ nhất, được sống lâu. Thứ hai, vô cùng giàu có. Thứ ba, tâm thanh tịnh, an ổn không lo buồn. Thứ tư, được nhiều người tôn kính, ủng hộ. Thứ năm, có đủ đức hạnh và trí tuệ.

Trong năm phúc lành này, bốn điều kể trước là quả phúc được hưởng, điều cuối cùng là nhân tạo thành phúc.

"Tăng tiến gấp muôn ngàn lần" là nói việc tu nhân được quả, đời đời kiếp kiếp được phúc lành, thọ mạng dài lâu, thảy đều không cùng tận.

Kinh văn dùng "chân đế" để chỉ việc giữ năm giới là nhân, được hưởng phúc là quả, nhân quả hết sức rõ ràng minh bạch.

Tiếp theo là phần thứ năm gồm ba đoạn kệ tụng, nói rõ việc những kẻ ngu si xấu ác, nghi ngờ lời Phật dạy về tội phúc, quả báo, nghi ngờ lời dạy của bậc thánh, đó là tự sinh chướng ngại lớn lao. Cho nên nói rằng [nghi ngờ] là một trong các phiền não căn bản.[1]

---

[1] Ở đây Hòa thượng muốn nhắc đến sáu phiền não căn bản (lục phiền não) bao gồm: tham lam, sân hận, si mê, kiêu mạn, nghi ngờ và tà kiến.

5. Quả báo của sự nghi ngờ lẽ tội phúc

5.1. [Hậu quả của những kẻ không tin, nghi ngờ]

Kinh văn

末世諸惡人，
不信多狐疑，
愚癡不別道，
罪深更逮冥！

> *Mạt thế chư ác nhân,*
> *Bất tín đa hồ nghi,*
> *Ngu si bất biệt đạo,*
> *Tội thâm cánh đãi minh.*

Dịch nghĩa

> Kẻ xấu ác đời mạt thế,
> Thiếu lòng tin, thường nghi ngờ,
> Ngu si không phân rõ đạo,
> Tội nặng càng thêm mê mờ.

Đoạn kệ này nói về hết thảy chúng sinh tạo nghiệp ác trong thời mạt pháp, đối với những lời giảng dạy của chư Phật, Bồ Tát về sự lý nhân quả, là sự thật rõ ràng, nhưng vẫn hồ nghi không tin nhận. Thật ra, đối với người thế gian tạo mười nghiệp ác, không tin lời Phật dạy, không bước vào cửa Phật, thì [sự nghi ngờ của họ] xét về tình còn có thể lượng thứ, nhưng đối với những người xuất gia làm đệ tử Phật mà vẫn không tin nhân quả, lừa dối người đời, phá Phật diệt pháp, những người ấy mới quả thật là đại ác trong tất cả những kẻ ác.

Người tại gia không tin theo năm giới, hồ nghi về đạo lý nhân quả báo ứng, đem lòng gian xảo mưu mô để cầu được giàu sang phú quý, sống lâu, đâu biết rằng dù một miếng cơm ngụm nước, không có gì mà không do nhân quả định trước, cho nên họ thật phí công uổng sức mưu cầu.

Người xuất gia không tin có chư thiên ra sức hộ pháp, hoài nghi việc Phật phóng quang hóa độ, thường chỉ mong cầu lợi dưỡng, tâm ý không ở trong đạo pháp thì có thể thành tựu được gì?

"Ngu si không phân rõ đạo." Ngu là kẻ không có trí tuệ, si là người mê muội không giác ngộ. Người ngu si không có khả năng phân biệt chân vọng, thị phi, thiện ác, ý nghĩa nhân quả lợi hại, chỉ dùng tâm xảo trá hư ngụy mưu mô để mưu việc, quả thật là tội càng thêm tội, tương lai ngày càng đen tối u ám hơn. Cho nên ngài A-nan mới nói là: "Tội nặng càng thêm mê mờ."

5.2. [Quả báo ngăn trở Chánh pháp]

Kinh văn

蔽聖毀正覺，
死入大鐵城，
識神處其中，
頭上戴鐵輪。

> *Tế thánh hủy chánh giác,*
> *Tử nhập đại thiết thành,*
> *Thức thần xử kì trung,*
> *Đầu thượng đái thiết luân.*

Dịch nghĩa

>Chướng bậc thánh, phá Chánh đạo,
>Chết đọa vào đại thiết thành.
>Thần thức giam hãm trong đó,
>Trên đầu đội vòng sắt nóng.

Đoạn kệ này nói về quả báo chiêu cảm do việc phá hoại sự rộng truyền Phật pháp, gây chướng ngại sự tu tập của người khác. Bất kể là người tại gia hay xuất gia, bốn chúng đệ tử Phật đều phải thường xuyên tự xét thân tâm mình, liệu có những tâm niệm xấu ác như vậy hay không? Liệu có che mờ lương tâm của chính mình, hủy hoại tri kiến Phật của chính mình hay không?

Xét theo chỗ này thì điểm then chốt đích thực trong sự tu hành ắt phải như cư sĩ Giang Vị Nông từng nói, đối với giáo nghĩa phải cầu hiểu sâu xa trọn vẹn, sau đó mới mong có thể ngộ nhập được vào tri kiến Phật. Nếu không như vậy, sự lỗi lầm thế này là khó lòng tránh khỏi.

Ba câu kệ tiếp theo là nói về quả báo của việc gây chướng ngại giáo pháp của bậc thánh, hủy diệt ngọn đèn Chánh giác dẫn dắt hai cõi trời người, dứt mất pháp thân tuệ mạng của người khác. Nghiệp tội đó là nặng nề nhất, quả báo phải đọa vào địa ngục Vô gián.

"Chết đọa vào đại thiết thành, thần thức giam hãm trong đó, trên đầu đội vòng sắt nóng." Đọa vào trong địa ngục, đó là thần thức của chính mình đọa vào. Thần thức, người đời thường gọi là "linh hồn". Trên đầu phải đội một vòng sắt nóng bốc lửa lớn, đó là quả báo do tội nhân tự chiêu cảm.

Người Phật tử nên biết, thân này huyễn ảo vô thường, bất quá cũng chỉ là mấy mươi năm nóng lạnh, việc gì phải tìm cầu chạy theo năm món dục, lưu luyến sáu trần cảnh, tạo bao nghiệp tội, chiêu cảm nhận chịu vô số quả báo xấu ác? Người có trí tuệ không làm như vậy.

Đức Phật thường dạy đệ tử phải ít ham muốn, tự biết đủ, ưa thích làm thiện bố thí, đem đạo giải thoát chân chánh truyền rộng cho người khác, như vậy mới có thể hết sức làm được việc rộng độ muôn người, nhất định không dám vì chỗ tham muốn riêng tư của mình mà làm chướng ngại giáo pháp bậc thánh để phải nhận lấy tội báo xấu ác nặng nề như vậy.

Bài kệ tiếp theo nói về trạng huống khổ não trong địa ngục.

5.3. [Nỗi khổ trong địa ngục]

Kinh văn

求死不得死，
須臾已變形，
矛戟相毒刺，
軀體恒殘截。

> Cầu tử bất đắc tử,
> Tu-du dĩ biến hình,
> Mâu kích tương độc thứ,
> Khu thể hằng tàn tiệt.

Dịch nghĩa

> Cầu chết nhưng không được chết,
> Trong chốc lát lại biến hình,
> Giáo, kích thay nhau đâm vào,
> Thân thể thường bị cắt nát.

Câu kệ thứ nhất nói về mạng sống [của tội nhân] trong địa ngục Vô gián là liên tục không gián đoạn, không thể cắt đứt (mạng vô gián). Câu thứ hai nói thân hình, hình thể không gián đoạn, không thể mất đi (hình vô gián). Câu thứ ba nói về sự chịu đựng khổ não không gián đoạn (khổ vô gián). Câu cuối cùng nói về thời gian không gián đoạn, thường luôn như vậy (thời vô gián).

Bốn câu kệ này đã nói lên được trạng huống khổ não của cảnh giới địa ngục. Nếu quý vị muốn hiểu rõ thêm chi tiết tường tận về nhân duyên quả báo địa ngục thì có thể tham khảo kinh Địa Tạng Bồ Tát bản nguyện, hoặc kinh Lăng Nghiêm, cả hai kinh này đều có sự giảng giải rõ ràng chi tiết.

Kính mời xem tiếp kinh văn, sáu đoạn kệ tiếp theo bên dưới nói về quả báo xấu ác của sự mê tín, tà kiến, người Phật tử không thể không rõ biết.

6. Quả báo xấu ác của sự mê tín, tà kiến

Phần này nói về những quả báo xấu ác do sự mê tín chiêu cảm. Kinh văn có sáu bài kệ, chia ra năm ý.

Ý thứ nhất, bài kệ thứ nhất, nói rõ sự mê tín tà kiến là nguyên nhân của mọi điều ác.

Ý thứ hai, bài kệ thứ hai, nói rõ đủ mọi quả báo khổ hình ở địa ngục.

Ý thứ ba, bài kệ thứ ba và một nửa bài kệ thứ tư (sáu câu), nói rõ việc sau khi nhận chịu khổ báo ở địa ngục xong rồi, tái sinh làm người, do tập khí ác báo vẫn chưa dứt hết nên sinh ra đời khiếm khuyết các giác quan, hoặc phải sinh ở những nơi xa xôi hoang vắng, gặp đủ mọi tai nạn.

Ý thứ tư, một nửa bài kệ thứ tư và bài kệ thứ năm (sáu câu), nói rõ cảnh khổ của việc sau khi nhận chịu quả báo ở địa ngục xong rồi lại phải sinh vào cảnh giới súc sinh.

Ý thứ năm, bài kệ thứ sáu, tổng kết lại về ba điều rất khó.

6.1. [Những việc mê tín của người đời]

Kinh văn

奈何世如是，
背正信鬼神，
解奏好卜問，
祭祀傷不仁。

Nại hà thế như thị,
Bội chính tín quỷ thần,
Giải tấu háo bốc vấn,
Tế tự thương bất nhân.

Dịch nghĩa

Người đời vì sao như thế!
Trái chánh đạo, tin tà thần.
Cầu giải tội, ưa bói, xăm,
Cúng tế vật mạng, bất nhân.

Bài kệ này nói rõ sự mê tín, tà kiến, chính là nguyên nhân của các nghiệp xấu ác.

"Vì sao như thế" là ý cảm thán của ngài A-nan, vì sao thế gian lại đến nỗi như thế này! Chúng sinh đều trái nghịch đạo Chánh giác, hiểu biết sai lầm, kiến giải tà vạy, ngược lại mê tín tin theo quỷ thần.

Phật dạy rằng, hết thảy quỷ thần nói chung có thể phân ra từ Tứ vương thiên cho đến quỷ ngục trong ba đường, đều không ra ngoài sáu nẻo luân hồi. Chỗ thấy biết của họ chưa chân chánh, năng lực có giới hạn, sự hiểu biết thì đa phần sai lầm, chỉ có thể nên kính trọng họ, không thể kính ngưỡng tin theo. Khổng tử nói: "Nên cung kính quỷ thần mà tránh xa." Tả truyện chép việc Trang Công vào năm thứ 32 cũng có nói: "Đất nước sắp được hưng thịnh thì có thần minh giáng hạ, là để xét chỗ đức độ. Lúc sắp diệt vong cũng có thần giáng hạ, là để xem chỗ xấu ác." Cho nên, thần giáng hạ cũng có thể hưng thịnh, cũng có thể suy vong. Đất nước sắp được hưng thịnh [nhờ người lãnh đạo] lắng nghe nơi người dân. Đất nước sắp diệt vong [vì người lãnh đạo] tin theo tà thần. Thần tuy là bậc thông minh chính trực, cũng là dựa theo người. Cho nên, người đệ tử Phật đối với quỷ thần, nên làm giống như tiên sinh Chu An Sĩ, phát tâm từ bi mà hóa độ cho họ [theo Chánh đạo].

Hai câu kệ sau nói về những tập quán mê tín trong dân gian. "Cầu giải tội" là nói tự mình tạo nghiệp xấu ác rồi cầu xin quỷ thần tha thứ cho, đâu biết rằng quỷ thần cũng không hề có quyền năng để tha tội cho người. Nếu như không sám hối chuyện [lầm lỗi] đã qua, không sửa đổi [lỗi lầm] trong tương lai, thì việc này rốt lại hoàn toàn vô ích. Phật dạy rằng: "Nếu tội khởi sinh thì dùng tâm sám hối, tâm nếu mất rồi tội cũng mất theo."[1] Việc sám hối tội lỗi quan trọng là ở chỗ về sau không tái phạm. Khổng tử nói: "Không phạm lỗi hai lần." Được như vậy mới có thể tiêu trừ tai nạn, việc cúng bái cầu khấn quỷ thần không thể tin cậy vào được.

Mục đích của việc xin xăm, bói toán không ngoài ý muốn

---

[1] Nguyên văn chữ Hán: 罪若起時將心懺，心若亡時罪亦亡 。(Tội nhược khởi thời tương tâm sám, tâm nhược vong thời tội diệc vong.)

tìm điều lành tránh điều dữ, dại dột mong cầu nhờ may mắn mà tránh được tai họa, có được phúc báo vốn không thuộc phần mình. Những việc này đều là mê tín. Nếu như tai họa có thể nhờ may mắn mà được miễn trừ, phúc báo có thể không thuộc phần mình mà có được, vậy thì luật nhân quả ở thế gian này có thể đảo ngược được sao?

"Cúng tế vật mạng, bất nhân" là nói việc đối với quỷ thần tự thân mình không nên cúng tế nhưng lại giết hại vật mạng để cúng bái, giết hại vật mạng để hiến cúng các loại tà thần. Quý vị thử nghĩ xem, làm cho chúng sinh đổ máu, giết hại mạng sống chúng sinh, đó là tạo nhân cực ác, liệu có thể nhận quả báo tốt đẹp được sao? Không chỉ là tự tạo thêm tội nặng cho mình, mà những quỷ thần nhận sự hiến cúng đó cũng tăng thêm tội lỗi như vậy. Cho nên, những quỷ thần nhận hiến cúng bằng máu thịt chúng sinh, sau khi mạng chung đa số đều phải đọa vào địa ngục. Lý lẽ sự tình là như vậy, không thể không rõ biết.

"Bất nhân" là nói không có lòng từ bi.

6.2. [Quả báo của sự mê tín]
Kinh văn

死墮十八處，
經歷黑繩獄，
八難為界首，
得復人身難。

> Tử đọa thập bát xứ,
> Kinh lịch hắc thằng ngục,
> Bát nan vi giới thủ,
> Đắc phục nhân thân nan.

Dịch nghĩa

> Chết đọa vào mười tám nơi,
> Trải qua Hắc thằng địa ngục,
> Tám chướng duyên không gặp Phật,
> Được lại thân người khó thay!

Bài kệ này nói việc mê tín tạo các nghiệp xấu ác chiêu cảm quả báo khổ não trong địa ngục.

"Mười tám nơi" là chỉ mười tám đại địa ngục được nói đến trong kinh Thập bát Nê-lê, có núi đao, đầm cát, đầm phân cho đến băng lạnh, cối xay bằng sắt, nước đồng nấu chảy... đủ các loại. Hết thảy đều do căn, trần, thức không chính đáng mà biểu hiện ra. Những chuyện như vậy cũng chỉ xem là báo ứng của tội nhẹ, báo ứng tội nặng chính là trong địa ngục căn bản Vô gián, các đại địa ngục Bát hàn, Bát nhiệt...

"Trải qua Hắc thằng địa ngục" là nói việc dùng dây mực đen đo vẽ thân hình tội nhân, rồi căn cứ hình vẽ đó cứ mỗi phân đều dùng dao sắc cứa cắt vào, chính là như tội xử tử lăng trì [ở thế gian], đau đớn thảm thiết đến mức không cách gì hình dung ra được. Đây là một loại hình phạt căn bản ở địa ngục.

"Tám chướng duyên không gặp Phật", đây là nói tám chướng duyên[1] không gặp Phật đã có giảng qua trong một phần trước khi nói về "tam đồ, bát nan", tức là nói tám sự chướng ngại khiến người ta không có cơ duyên được gặp Phật, nghe pháp. Những nơi tốt đẹp có thể được gặp Phật nghe pháp chính là cơ hội tốt để giúp ta phá mê khai ngộ, lìa khổ được vui. Kinh văn có dùng chữ "giới thủ" để chỉ

---

[1] Tám chướng duyên (Bát nan xứ): Tám điều kiện chướng ngại không được học Phật, khó tu tập.

sự khác biệt, ý nói tám chướng duyên này là nhân duyên hàng đầu dẫn đến đủ mọi chướng ngại sai khác khiến chúng sinh mất đi cơ hội được gặp Phật, nghe pháp, mất đi cơ hội giải thoát trong một đời, cho đến phải đọa lạc vào ba đường ác, không có ngày mong được ra khỏi.

Điều quý nhất của thân người là ở chỗ giúp chúng ta dễ dàng đạt được sự giải thoát. Nếu như trong một đời người không gặp được cơ hội giải thoát thì còn có gì đáng quý? Do đó, trong Phật pháp thường nói rằng thân người khó được, nay đã được thân người, vì sao không trân quý?

6.3. [Tội báo sau khi ra khỏi địa ngục]

Kinh văn

若時得為人，
蠻狄無義理，
癡騃無孔竅，
跛躄瘂不語，
朦朧不達事，
惡惡相牽拘。

> *Nhược thời đắc vi nhân,*
> *Man địch vô nghĩa lý,*
> *Si sĩ vô khổng khiếu,*
> *Bả tích á bất ngữ,*
> *Mông lông bất đạt sự,*
> *Ác ác tương khiên câu.*

Dịch nghĩa

> Đến khi được lại thân người,
> Man rợ không hiểu nghĩa lý,
> Ngu ngốc lại thêm mù, điếc,
> Què quặt, câm không nói được,
> Mông muội chẳng thông sự việc,
> Việc ác níu kéo theo nhau.

Sáu câu kệ này nói về việc sau khi chịu hết tội báo ở địa ngục rồi, được tái sinh vào cõi người. Tuy lại được làm người, nhưng do nhân duyên tập khí xấu ác trước đây còn nhiều cho nên thường phải gặp nhiều tai nạn. Phật pháp dạy rằng, trong mảnh ruộng tám thức của chúng sinh sáu đường có đủ các chủng tử thiện cũng như ác. Ngay vào thời điểm tái sinh, những chủng tử nào mạnh mẽ hơn sẽ lôi kéo được [thần thức đi vào cảnh giới tương ứng].

Chúng ta trong mỗi một ngày qua, hãy thử tự hỏi mình đã có được bao nhiêu tâm niệm làm Phật, làm Bồ Tát? Được bao nhiêu tâm niệm cứu độ chúng sinh? Được bao nhiêu tâm niệm ích nước lợi dân? Lại có bao nhiêu tâm niệm thị phi? Bao nhiêu tâm niệm tham lam, sân hận? Là tâm niệm Phật mạnh hơn chăng? Là tâm niệm hiền thiện mạnh hơn chăng? Hay tâm niệm xấu ác mạnh hơn? Nếu như một hơi thở ra không còn thở vào, liệu mình sẽ đi về đâu? Vẫn còn chưa biết rõ được sao? Tập khí thật đáng sợ mà cũng đáng thương, không thể không thận trọng.

Hai câu kệ đầu tiên trong phần này là nói việc tuy được sinh làm người nhưng phải sinh nơi man rợ, văn hóa lạc hậu, những vùng biên địa xa xôi hoang vắng chưa được khai hóa. Đời sống ở những nơi đó, con người không được giáo dục tốt, không hiểu rõ được nghĩa lý.

Bốn câu tiếp theo nói những tội báo tai nạn.

Kinh văn nói *"Si sĩ vô khổng khiếu"*, chữ si (痴) là ngu si, chữ sĩ (駛) là ngốc nghếch, ngây dại. Chữ sĩ (駛) này, kinh văn [trước đây có bản] chép thành chữ tuấn (駿), nhưng si tuấn (痴駿) thì không có nghĩa, cho nên chữ tuấn (駿) là bị chép sai, đúng phải là chữ sĩ (駛).[1] Chữ sĩ gồm chữ mã (馬) nằm bên trái, bên phải là chữ hĩ (矣) làm trợ từ. Trong sách Luận ngữ có câu: "Tử viết: Xảo ngôn linh sắc, tiển hĩ nhân." (子曰：巧言令色，鮮矣仁。- Ăn nói trau chuốt hoa mỹ, chú trọng đến sắc đẹp, người như thế ít có lòng nhân.) Chính là dùng chữ hĩ (矣) này.

"Vô khổng khiếu" là ý nói chung sự khuyết thiếu các giác quan, bẩm sinh đã bị tàn tật, khiếm khuyết. Hoặc có thể hiểu theo nghĩa là ngây dại, bất tri bất giác, cũng có thể hợp nghĩa. [Cho nên, trọn câu này được hiểu là: Ngu ngốc lại thêm mù, điếc.]

Hai chữ "bả tích" (跛躄) hiểu là què quặt. Chữ bả (跛) là què một chân, chữ tích (躄) là mất cả hai chân. Cho nên nói chung là què quặt. "Á bất ngữ" là chỉ người câm không nói được. [Trọn câu được hiểu là: Què quặt, câm không nói được.]

"Mông muội" là ý nói không có trí phán đoán sự việc, mơ hồ mê muội, không có khả năng thông đạt sự lý. Người như vậy thì trong lòng mê muội điên đảo, đương nhiên lại dễ dàng tạo nghiệp rồi phải chịu báo ứng. Cho nên mới nói rằng: "Việc ác níu kéo theo nhau." Đó là, nhân ác thì phải chịu quả ác, quả ác lại khiến người dễ tạo thêm nhân ác, cứ xoay vòng như thế.

---

[1] Về chữ chép sai mà Hòa thượng nhắc đến, có thể là trong một bản kinh nào đó trước đây, vì chúng tôi tham khảo các bản Đại Chánh tân tu Đại tạng kinh, Càn Long Tạng, Vĩnh Lạc Bắc Tạng đều thấy chép đúng là chữ sĩ (駛).

Nên biết rằng, ngu si là phiền não căn bản, một trong ba độc (tham, sân, si). Người ngu si ắt phải mê muội, mê muội thì nhất định là hành động sai lầm, loạn động. Người làm việc sai lầm, vọng động thì nhất định không ưa thích những lời nói lành, những việc làm lành. Đó chính là không hiểu rõ được ý nghĩa thị phi, đúng sai. Người không hiểu rõ được đúng sai thì không có cách gì khuyên họ làm thiện. Những người ấy mỗi một hành vi, mỗi một việc làm đều chỉ biết đến lợi ích riêng tư cho bản thân mình, cho nên đã nhận chịu quả báo xấu ác lại còn tiếp tục tạo thêm nhân xấu ác, như bị buộc chặt khóa chắc, không thể giải thoát, thực sự rất đáng đau xót.

6.4. [Quả báo đọa vào cảnh giới súc sinh]

Kinh văn

展轉眾徒聚，
禽獸六畜形，
為人所屠割，
剝皮視其喉，
歸償宿怨對，
以肉給還人。

Triển chuyển chúng đồ tụ,
Cầm thú lục súc hình,
Vị nhân sở đồ cát,
Bác bì thị kì hầu,
Quy thường túc oán đối,
Dĩ nhục cấp hoàn nhân.

Dịch nghĩa

> Xoay vòng mãi chung một lối,
> Mang thân cầm thú, súc sinh,
> Bị người mổ xẻ cắt xẻo,
> Lột da, kề dao cắt cổ,
> Thường bồi oán hận đời trước,
> Xẻ thân lóc thịt trả người.

Sáu câu kệ tụng này nói về việc những người mê tín tà kiến sau khi đã nhận chịu quả báo trong địa ngục rồi, lại vì những oan khiên tích tập trong đời trước mà phải đọa vào cảnh giới súc sinh.

Trong rất nhiều kinh điển, đức Phật thường dạy rằng: Tham ăn là nghiệp nhân sinh vào cảnh giới ngạ quỷ; sân hận, ganh ghét là nghiệp nhân đọa vào địa ngục; ngu si không phân biệt thiện ác, đúng sai là nghiệp nhân sinh vào cảnh giới súc sinh.

Chính xác là những kẻ mê tín tà kiến đều tạo nhân ngu si mê mờ, tất nhiên xác suất nhận lãnh quả báo phải sinh làm súc sinh là rất lớn. Đó gọi là: "Nhân dĩ loại tụ, vật dĩ quần phân." (人以類聚，物以群分。- Người tụ họp theo loại, vật phân chia theo bầy.)¹ Đó là khí vị tương đồng thu hút đến với nhau. Điều này có nghĩa là hiền thiện không đến gần xấu ác, xấu ác không đến gần hiền thiện. Tập khí ngu si mê muội tự nhiên giao cảm thành quả báo xấu ác tụ họp vào trong cảnh giới các loài súc sinh.

"Mang thân cầm thú, súc sinh, bị người mổ xẻ cắt xẻo."

---

¹ Chúng tôi chuyển dịch theo đúng bản ghi Trung văn, nhưng câu này vốn nguyên văn trong cổ ngữ và đã được trích dẫn một lần trước đây là: "Vật dĩ loại tụ, nhân dĩ quần phân." (物以類聚，人以群分。) Có lẽ Hòa thượng muốn sửa lại cho hợp với ngữ cảnh này chăng?

Kinh văn dùng *"cầm thú, lục súc"* (禽獸六畜), chữ "cầm thú" (禽獸) là chỉ chung tất cả loài vật [bao gồm chim bay, thú chạy], chữ "lục súc" (六畜) chỉ riêng sáu loài gia súc được người nuôi dưỡng, trong sách Tả truyện kể ra sáu loài ấy là: trâu [bò], dê, ngựa, chó, gà, lợn (heo). Nói chung cả sáu loài này đều bị người ăn thịt, đều bị người giết mổ.

"Lột da, kề dao cắt cổ" là mô tả trạng huống con vật vào lúc bị người giết mổ, cầm dao sắc chuẩn bị quan sát kỹ nơi cổ con vật, nơi sẽ đưa dao vào cắt. Xét kỹ về nguồn gốc nhân quả thì đều do đã tạo mối oan kết oán thù, hoặc đời trước thiếu nợ nay phải đền trả, nên phải dùng máu thịt của mình mà trả nợ cho người. Đó chính là: "Đời nay ăn vào tám lượng, đời sau trả đủ nửa cân."[1] Người có mắt sáng suốt thấy được như vậy hết sức thương xót.

Nói đến việc ân đền oán trả, có những việc suy lường được, có những việc không thể suy lường. Những chuyện ân oán mình biết rõ để đền trả, đó là có thể suy lường. Những việc ân oán mình không hề biết được, thế nhưng trong đời quá khứ, hoặc trong nhiều đời trước đã từng kết duyên hiền thiện hoặc xấu ác với nhau. Nếu là những người có thiện duyên từ đời trước, nhất định vừa gặp nhau đã cảm thấy như người quen cũ. Nếu là những người có oán thù từ đời trước, nhất định vừa gặp nhau đã thấy ghét nhau. Loại kinh nghiệm này, trong thực tế mọi người ai cũng đã từng trải qua. Không chỉ là đối với con người, ngay cả với cảnh vật, nơi chốn, cũng có những nơi vừa đến lần đầu tiên mà có cảm giác như đã từng ở đây từ trước. Như vậy mới thấy rằng lời Phật dạy về nhân quả ba đời không hề sai dối.

Thế nhưng quả báo của nghiệp giết hại có nhanh có

---

[1] Theo đơn vị cân lường ngày xưa, mỗi cân có 16 lượng. Do đó có câu thành ngữ "bên nửa cân, bên tám lượng" để chỉ sự ngang tài ngang sức, cân bằng nhau.

chậm. Khi gặp đủ nhân duyên, bất kể là quỷ thần hay chư thiên, loài người, đều không thể né tránh được. Lấy ví dụ như trong đời sau, kẻ gây nghiệp giết hại sinh ra làm người, kẻ bị giết hại sinh làm súc sinh, ắt sẽ bị những việc như rắn mổ, chó cắn, cọp vồ v.v... Hoặc khi kẻ gây nghiệp giết hại sinh làm thường dân, kẻ bị giết hại sinh làm quan lại, ắt sẽ có những việc như bị giam vào lao ngục, xiềng xích, bị xử chết oan uổng... Trong thực tế, chỉ đơn cử một vài trường hợp chứ không thể kể hết.

Người đời mê hoặc, một khi gặp hoạn nạn lại oán trời trách người mà không biết rằng hết thảy mọi sự việc dù lớn dù nhỏ cũng đều có nhân quả trong đó.

Đức Phật dạy rằng: "Muốn biết nhân đời trước, xem kết quả đời này. Muốn biết quả đời sau, xem việc làm hiện tại."

Mời quý vị xem phần tiếp theo, tổng kết về ba điều rất khó.

6.5. Ba điều rất khó

Kinh văn

無道墮惡道，
求脫甚為難，
人身既難得，
佛經難得聞。

> Vô đạo đọa ác đạo,
> Cầu thoát thậm vi nan.
> Nhân thân ký nan đắc,
> Phật kinh nan đắc văn.

Dịch nghĩa

> Làm ác đọa vào đường ác,
> Muốn thoát ra thật khó thay!
> Thân người đã là khó được,
> Kinh Phật càng khó được nghe.

Theo truyền thống văn hóa Trung Hoa mà nói thì đạo đức ở thế gian là luân thường, bát đức.[1] Trong Phật pháp thì đạo của trời người là năm giới, mười điều lành, bốn tâm vô lượng: từ, bi, hỷ, xả. Nếu như làm điều xấu ác, trái nghịch với đạo, nhất định phải đọa vào đường ác. Các đường ác là địa ngục, ngạ quỷ và súc sinh. Một khi đã đọa vào đường ác rồi, muốn thoát ra cũng không có kỳ hạn. Muốn thoát ra khỏi các đường ác, thực sự là không hề dễ dàng. Đó là điều rất khó thứ nhất.

"Thân người đã là khó được." Trong rất nhiều kinh điển, đức Phật nhiều lần dạy rằng: "Thân người khó được." Đức Phật dẫn ra cơ hội để thần thức được đầu thai làm người là khó, hơn nữa Phật còn dẫn ra về số lượng, về thời gian kiếp số, đủ mọi yếu tố để chỉ rõ rằng thân người quả thật rất khó được. Hơn nữa, xét trong sáu đường luân hồi thì thân người là quý nhất, bởi vì được sinh làm người là dễ dàng nghe pháp, dễ dàng tu đạo.

Cõi trời tuy rất tốt, nhưng vui nhiều khổ ít, ngược lại khiến cho chư thiên không dễ dàng tiếp nhận lời dạy của Phật, dẫn đến đánh mất đi cơ hội rất tốt của việc phá mê khai ngộ. Do đó, người đệ tử Phật nhất định không xem trọng việc sinh về cõi trời.

---

[1] Luân thường là ngũ luân và ngũ thường, bát đức là tám phẩm hạnh tốt đẹp đã có nói đến trong một phần trước, bao gồm: Trung, hiếu, nhân, ái, tín, nghĩa, hòa, bình.

Lại nói về sự sống trong ba đường ác, khổ não quá nhiều, còn tích tụ nhiều ngu mê lậu chấp, cũng không có khả năng tiếp nhận lời dạy của Phật.

Do đó có thể thấy rằng, cõi người có khổ có vui, nhưng đa phần là khổ nhiều vui ít, ngược lại có tác dụng thúc đẩy sự giác ngộ dễ dàng, dễ tu dễ chứng.

Đó là chỗ quý báu của thân người khó được, tức là điều rất khó thứ hai.

"Kinh Phật càng khó được nghe." Kinh Phật là những chỉ dẫn để khai mở, phát triển trí tuệ. Kinh Phật là kim chỉ nam cho việc đạt đến cảnh giới chí thiện. Thế nhưng [kinh Phật] không phải dễ dàng gặp được. Có người gặp được rồi lại không phải kinh thật mà là kinh giả.

Lại ví như có người gặp được kinh thật nhưng không có khả năng nhận hiểu, lý giải, không thể tin nhận, như vậy thì cũng chẳng khác gì người không gặp.

Lại ví như người có khả năng hiểu được, tin nhận được, nhưng không thể vâng làm theo đúng lời dạy, không thể duy trì lâu dài, thường xuyên, không có sự tinh tấn bất thối, như vậy thì cũng như không gặp.

Cho nên, như trên đã nói, qua bao nhiêu trường hợp loại trừ, ắt phải biết rằng kinh Phật quả thật là rất khó được nghe.

Bài kệ khai kinh nói rằng "Trăm ngàn muôn kiếp khó được gặp", đó là đúng thật chứ không nói quá.

Cho nên, được nghe pháp rồi ngộ nhập cảnh giới thật tướng nhất chân, đó mới là chân thật nghe pháp, đó là điều rất khó thứ ba.

Mời quý vị xem tiếp phần kệ tụng thứ bảy, có tất cả năm đoạn kệ tụng khuyến tu để kết thúc.

7. Khuyến tu để kết thúc

7.1. [Xưng tán ân đức Phật]

Kinh văn

世尊為眾祐，
三界皆蒙恩，
敷動甘露法，
令人普奉行。

> *Thế Tôn vi chúng hữu,*
> *Tam giới giai mông ân,*
> *Phu động cam lộ pháp,*
> *Linh nhân phổ phụng hành.*

Dịch nghĩa

> Thế Tôn vì mọi chúng sinh,
> Ba cõi thảy đều nhờ ơn.
> Pháp cam lộ ban rãi khắp,
> Khiến người người đều vâng làm.

Đoạn kệ này là ngợi khen xưng tán ân đức của đức Thế Tôn. Những lời dạy của Phật là sự giúp đỡ che chở cho hết thảy chúng sinh, trong ba cõi sáu đường, hết thảy chúng sinh hữu tình, không một nơi nào không được hưởng nhờ ân đức.

"Ban rãi khắp" nghĩa là phát triển, ban bố ra khắp nơi. "Cam lộ" là tỷ dụ phương pháp giáo hóa khéo léo của đức Phật, sự thuyết pháp vi diệu của Phật, có thể khiến cho hết thảy những ai được nghe nhận đều giống như được nước cam lộ tưới mát thân tâm, dập tắt lửa phiền não, được tự tại mát lành, phúc tuệ tăng trưởng, có thể khiến người người nơi nơi kính vâng làm theo, thúc đẩy phát triển truyền rộng khắp nơi, dần dần giáo hóa, ban ân đức, làm lợi ích khắp nơi.

7.2. [Người giác ngộ thương xót người mê]

Kinh văn

哀哉已得慧，
愍念群萌故，
開通示道徑，
黠者即度苦。

> *Ai tai dĩ đắc tuệ,*
> *Mẫn niệm quần manh cố,*
> *Khai thông kì đạo kính,*
> *Hiệt giả tức độ khổ.*

Dịch nghĩa

> Thương thay! Đã được trí tuệ,
> Càng thương chúng sinh mê mờ,
> Mở bày chỉ rõ đường tu,
> Người đủ căn lành thoát khổ.

Đoạn kệ tụng này tán dương sự thành tựu kết quả của những người vâng làm đúng theo giáo pháp.

"Thương thay" là thán từ biểu cảm, "đã được trí tuệ" là nói đã trừ dứt phiền não, khai mở trí tuệ, sáng rõ tâm ý, thấy được tự tánh, thành bậc đại Bồ Tát công đức viên mãn. Bồ Tát tự mình đã chứng đắc viên mãn, lại khởi tâm từ bi vô lượng "càng thương chúng sinh mê mờ". Do nhân duyên thương xót hết thảy chúng sinh nên tất nhiên phải vì chúng sinh mở bày chỉ rõ một con đường tu tập, một con đường tốt đẹp giúp chúng sinh lìa khổ được vui.

Những ai có thể tin nhận, vâng làm theo để chứng quả? Đó là những "người đủ căn lành", tức là người đã có căn lành sâu dày từ đời trước, là người có phúc đức trí tuệ. Những người như vậy nghe được lời Phật dạy liền nhận biết được là rất có ý nghĩa, liền có thể tin nhận, vâng làm theo, cho nên có thể đạt được lợi ích chân thật là thoát khỏi biển khổ phiền não sinh tử.

7.3. [Khuyên nỗ lực tu tập]

Kinh văn

福人在向向，
見諦學不生，
自歸大護田，
植種不死地。

> *Phúc nhân tại hướng hướng,*
> *Kiến đế học bất sinh,*
> *Tự quy đại hộ điền,*
> *Thực chủng bất tử địa.*

Dịch nghĩa

> Người có phúc, sống hướng thượng,
> Gặp chân lý, học vô sinh,
> Tự quy y ruộng phước lớn,
> Gieo giống dứt trừ tử sinh.

Bài kệ tụng này ngài A-nan khuyên chúng ta phải nỗ lực cầu được quả báo chân thật. Chúng ta đã được thân người, lại được nghe pháp Phật, như vậy quả thật là người có phúc.

Kinh văn dùng "hướng hướng", chữ hướng thứ nhất chỉ mục tiêu, mục đích, chữ hướng thứ hai chỉ phương hướng, hướng về. Xét trong pháp thế gian thì Khổng tử, Mạnh tử là những bậc thầy để chúng ta noi theo, là mục tiêu của chúng ta; ngũ luân, ngũ thường, bát đức là phương hướng cho ý nghĩ, việc làm của chúng ta. Trong Phật pháp thì đức Phật Thích-ca, Phật A-di-đà, Bồ Tát Quán Thế Âm, Bồ Tát Phổ Hiền là những bậc thầy để chúng ta noi theo, là mục tiêu của ta, hương thơm của năm phần pháp thân,[1] bốn hoằng thệ nguyện, ba quy y, ba đức,[2] ba thân,[3] sáu ba-la-mật, tịch chiếu bất nhị, đó là phương hướng sự tu hành của chúng ta. Đời sống này của chúng ta như vậy là có mục đích, có phương hướng nhắm đến.

"Gặp chân lý, học vô sinh", chân lý ở đây là nhất chân pháp giới, là chân lý bất nhị, không phân biệt, là minh tâm kiến tánh của Thiền tông, là nhất tâm bất loạn của Tịnh độ, hết thảy những chân lý ấy đều giúp người ngộ nhập lý vô sinh.

---

[1] Hương thơm của năm phần pháp thân: tức là Giới hương, Định hương, Tuệ hương, Giải thoát hương và Giải thoát tri kiến hương.

[2] Ba đức (Tam đức) theo Từ điển Phật Quang là Pháp thân đức, Bát-nhã đức và Giải thoát đức.

[3] Ba thân (Tam thân) là Pháp thân, Báo thân và Ứng thân (hay Ứng hóa thân).

"Tự quy y ruộng phước lớn." Đức Phật thực sự là mảnh ruộng phước lớn của chúng sinh, chúng ta nên "gieo giống dứt trừ tử sinh" ngay trên mảnh ruộng phước là chư Phật, Bồ Tát. Chỉ có [gieo giống nơi] ruộng phước của Phật mới có thể giúp chúng ta thu hoạch được kết quả là pháp bất sinh bất diệt, thường lạc ngã tịnh, lìa khổ được vui.

7.4. [Ân đức của Phật là lớn nhất]

Kinh văn

恩大莫過佛，
世佑轉法輪，
願使一切人，
得服甘露漿。

> Ân đại mạc quá Phật,
> Thế hữu chuyển pháp luân,
> Nguyện sử nhất thiết nhân,
> Đắc phục cam lộ tương.

Dịch nghĩa

> Còn ơn nào hơn ơn Phật?
> Vì đời chuyển bánh xe Pháp.
> Nguyện cho hết thảy chúng sinh,
> Thấm nhuần mưa pháp cam lộ.

Bài kệ tụng này nói lên ý nghĩa trong khắp thế gian và xuất thế gian, không có ân đức nào lớn hơn ơn Phật. Trong cõi đời xấu ác với năm sự uế trược, chỉ duy nhất

Phật mới có khả năng cứu độ. Phật thuyết pháp làm lợi ích chúng sinh, thường chuyển bánh xe Pháp, nói rõ chân lý rốt ráo về vũ trụ nhân sinh. Hiểu rõ được chân lý ấy, ắt có khả năng tự tại vô ngại trong vũ trụ; không hiểu được thì phải tùy theo hoàn cảnh, nghiệp lực mà lưu chuyển, xoay vần. Cho nên mới "nguyện cho hết thảy chúng sinh, thấm nhuần mưa pháp cam lộ". Câu này hàm ý là nguyện cho chúng sinh đều được chứng đắc vô thượng Bồ-đề, thành tựu ba thân, bốn đức thường, lạc, ngã, tịnh.

7.5. Ba lời khuyên kết lại

Kinh văn

慧船到彼岸，
法磬引大千，
彼我無有二，
發願無上真。

> *Tuệ thuyền đáo bỉ ngạn,*
> *Pháp khánh dẫn đại thiên,*
> *Bỉ ngã vô hữu nhị,*
> *Phát nguyện vô thượng chân.*

Dịch nghĩa

> *Thuyền trí tuệ đến bờ giác,*
> *Khánh pháp dẫn dắt muôn loài.*
> *Ta người không còn phân biệt,*
> *Phát nguyện chứng đạo Bồ-đề.*

"Thuyền trí tuệ" là ví như Phật pháp. Phật pháp là con thuyền báu trí tuệ có thể đưa chúng sinh đến bờ bên kia là cảnh giới Đại Niết-bàn. Câu kệ đầu tiên này là nói việc y theo giáo pháp tu tập để tự cứu độ chính mình.

"Khánh pháp dẫn dắt muôn loài." Câu này nói việc y theo giáo pháp tu tập cứu độ người khác. Chúng ta phải dùng "khánh pháp" (biểu trưng cho giáo pháp của Phật) để dẫn dắt hết thảy chúng sinh trong khắp thế giới đại thiên, cùng đến bờ giải thoát.[1]

Câu thứ ba "ta người không còn phân biệt", tánh và tướng nhất như, thật tướng bình đẳng, là cảnh giới rốt ráo viên mãn của pháp giới nhất chân.

"Phát nguyện chứng đạo Bồ-đề." Câu này là đầy đủ trọn vẹn bốn hoằng thệ nguyện. Phiền não vô tận thề nguyện dứt trừ, Nho gia gọi là "cách vật". Pháp môn vô lượng thề nguyện học hỏi, là khái niệm "trí tri" của Nho gia. Phật đạo vô thượng thề nguyện trọn thành, đó là "thành ý, chính tâm" của Nho gia. Đến như chúng sinh vô biên thề nguyện cứu độ, chính là điều Nho gia gọi là "tu thân, tề gia, trị quốc, bình thiên hạ".

---

[1] Câu kệ này trong bản Trung văn chép là "法磐引大千" (Pháp bàn dẫn đại thiên.) Chúng tôi tham khảo bản kinh này trong Đại Chánh Tạng, Càn Long Tạng, Vĩnh Lạc Bắc Tạng, đều thấy chép là chữ 磬 (khánh) chứ không phải chữ 磐 (bàn). Hai chữ khá giống nhau nên có thể có một bản nào đó đã khắc nhầm. Do đó, trong phần giảng giải Hòa thượng cũng giảng là "Phật pháp chi bàn". Chữ khánh (磬) là một loại pháp khí được dùng để dẫn chúng trong tụng niệm. Cho nên câu này nói "Pháp khánh dẫn đại thiên", chúng tôi thấy hợp nghĩa hơn "pháp bàn". Ngoài ra, chúng tôi tham khảo thêm trong dị bản kinh Phật thuyết A-nan vấn sự Phật cát hung kinh (kinh số 492a) thì câu kệ này là "法磬倡三千。- Pháp khánh xướng tam thiên." Đại thiên và Tam thiên đều là danh từ rút gọn của Tam thiên đại thiên thế giới, nên có thể xem là như nhau. Chữ 倡 (xướng) có nghĩa là vang to, xướng lên, cũng hợp nghĩa với câu này. Và như vậy cả hai bản đều dùng chữ khánh (磬).

PHẦN VI. KỆ CAN NGĂN VÀ KHUYÊN DẠY CỦA NGÀI A-NAN

Mong quý đồng tu suy ngẫm sâu xa nỗ lực thực hành, cùng chứng đắc trí tuệ viên mãn vô thượng.

Đến đây đã giảng xong hai mươi tám đoạn kệ tụng [của ngài A-nan]. Ba dòng kinh văn tiếp theo là phần cuối cùng của bản kinh này, tức là phần lưu thông, nói về sự lưu hành của kinh.

PHẦN VII.
ĐẠI CHÚNG NGHE [KINH VÀ] KỆ TỤNG TIN HIỂU

Phần này có ba ý chính. Thứ nhất, nói về việc phát tâm vô thượng. Thứ hai, nói việc tự độ mình và cứu độ người khác. Thứ ba, nói việc đại chúng tiếp nhận giáo pháp.

1. Phát tâm vô thượng

Kinh văn

阿難頌如是已，諸會大眾，一時信解，皆發無上正真之道，僧那大鎧甘露之意。[1]

A-nan tụng như thị dĩ, chư hội đại chúng, nhất thời tín giải, giai phát vô thượng chính chân chi đạo, tăng-na đại khải cam lộ chi ý.

---

[1] Phần cuối trong câu kinh này có vẻ như chưa trọn nghĩa. Tham khảo dị bản Phật thuyết A-nan vấn sự Phật cát hung kinh (bản 492a) thì câu này ghi đầy đủ hơn là: 僧那大鎧志無上道，甘露之音，香熏十方。(Tăng-na đại khải chí Vô thượng đạo, cam lộ chi âm hương huân thập phương.) Cụm từ "tăng-na đại khải" là lặp nghĩa, vừa dịch âm vừa dịch ý. Tăng-na là từ dịch âm từ tiếng Phạn, nói đủ là "tăng-na tăng-niết" (僧那僧涅), dịch nghĩa là "trước đại khải" (mặc áo giáp lớn) để chỉ việc Bồ Tát phát bốn hoằng thệ nguyện. (皆謂菩薩之四弘誓也。) Cho nên, kinh Đại Phẩm dùng cụm từ "đại thệ trang nghiêm" để chỉ ý này. (大品經云大誓莊嚴是也。) Chúng tôi chuyển dịch sau khi đã tham khảo các ý nghĩa này.

Dịch nghĩa

Ngài A-nan đọc kệ vừa xong, hết thảy đại chúng trong Pháp hội cùng tin nhận, hiểu rõ, đều phát tâm Vô thượng chân chánh, phát khởi đại nguyện thành tựu quả vị Bồ-đề.

Đoạn kinh văn này nói việc sau khi ngài A-nan đọc xong phần kệ tụng can ngăn thỉnh cầu đức Phật đừng nhập Niết-bàn, đại chúng trong Pháp hội khi ấy đối với những lời dạy của Phật, những lời khuyến khích của ngài A-nan, hết thảy đều nghe qua tin nhận hiểu rõ được ngay, hơn nữa còn phát tâm đạo Vô thượng chân chánh. Điều này thật rất khó có được, vì chẳng những phát tâm mà hơn nữa còn có thể tinh tấn thực hành tu tập.

"Tăng-na đại khải" là chỉ việc mặc vào áo giáp tinh tấn, một trong sáu ba-la-mật. "Cam lộ chi ý" là tỷ dụ cho việc chứng quả Bồ-đề. Tu nhân tinh tấn, chứng quả Bồ-đề, như vậy mới là chân chánh phát tâm vô thượng.

2. Tự cứu độ mình, cứu độ người khác

Kinh văn

香薰三千，從是得度，開示道地，為作橋樑。

Hương huân tam thiên, tùng thị đắc độ, khai thị đạo địa, vi tác kiều lương.

Dịch nghĩa

Hương xông khắp cùng thế giới, nhờ đó được cứu độ, khai mở đường đạo, vì [chúng sinh] làm cầu vượt [sông mê].

Đoạn kinh này nêu ý tự cứu độ mình và cứu độ người khác. Hai câu đầu tiên nói việc tự cứu độ mình. "Hương" là chỉ hương của năm phần pháp thân,[1] xông khắp đại thiên thế giới, nhờ năm phần hương đó mà được giải thoát.

Sau khi tự mình được giải thoát rồi, lại phát tâm như chư Phật, quên mình vì người, rộng độ khắp chúng sinh, vì hết thảy chúng sinh khai mở chỉ bày con đường tu tập, lại vì chúng sinh làm cầu vượt qua sông mê biển khổ, tức là tạo tăng thượng duyên cho sự tu tập của chúng sinh.

3. Đại chúng tiếp nhận giáo pháp

Kinh văn

國王臣民，天龍鬼神，聞經歡喜，阿難所說，且悲且恐，稽首佛足，及禮阿難，受教而去。

> Quốc vương thần dân, thiên long quỷ thần, văn kinh hoan hỉ, A-nan sở thuyết, thả bi thả khủng, khể thủ Phật túc, cập lễ A-nan, thụ giáo nhi khứ.

Dịch nghĩa

> Các vị quốc vương, đại thần và dân chúng, cùng hàng trời, rồng, quỷ thần, nghe kinh đều hoan hỷ. Những điều ngài A-nan vừa nói thật vừa đáng thương vừa đáng sợ. [Đại chúng] cúi đầu lễ dưới chân Phật và đảnh lễ ngài A-nan, thọ nhận lời dạy rồi lui ra.

---

[1] Cũng thường gọi là ngũ phần hương. Theo kinh Niết-bàn thì năm phần hương này bao gồm: giới (戒), định (定), tuệ (慧), giải thoát (解脫), và giải thoát tri kiến (解脫知見).

Vua, quan, chư thiên thần đều có mặt trong số thính chúng nghe pháp, có thể thấy vào thời ấy pháp hội rất đông đảo.

"Nghe kinh" là nói chung nghe những lời Phật dạy cũng như 28 bài kệ tụng của ngài A-nan, [thính chúng] hoan hỷ tiếp nhận lời dạy của Phật cũng như của ngài A-nan.

"Đáng thương" là nói đáng thương xót cho những chúng sinh tập khí tội nghiệp nặng nề, không có duyên lành gặp Phật, không tránh khỏi được nỗi khổ trầm luân trong ba đường ác.

"Đáng sợ" là nói lo sợ cho chính mình mê muội đánh mất chánh đạo ắt phải đọa vào các cảnh giới thấp. Đây là răn dạy chúng ta phải luôn giữ tâm thận trọng cảnh giác lo sợ, chính là thái độ tốt cho người tu tập.

Ba câu sau cùng là lễ tạ từ biệt.

"Cúi đầu lễ dưới chân Phật và đảnh lễ ngài A-nan." Đây là tạ ơn Phật dạy bảo, cũng như bày tỏ sự cảm kích đối với ngài A-nan đã có lời khuyến khích chỉ bảo.

"Thọ nhận lời dạy rồi lui ra." Tiếp nhận lời dạy, y theo lời dạy vâng làm, chính là nói y theo những phương pháp và giáo lý được dạy trong kinh này, sau khi ra về phải thực sự nỗ lực tu học, như vậy mới không cô phụ ân đức của Phật, cũng như sự kỳ vọng của Tôn giả A-nan đối với chúng ta.

Đến đây là giảng giải xong trọn vẹn bản kinh này.

Lời thưa

Trong kinh Pháp Cú, đức Phật dạy rằng: "Pháp thí thắng mọi thí." Thực hành Pháp thí là chia sẻ, truyền rộng lời Phật dạy đến với mọi người. Mỗi người Phật tử đều có thể tùy theo khả năng để thực hành Pháp thí bằng những cách thức như sau:

1. Cố gắng học hiểu và thực hành những lời Phật dạy. Tự mình học hiểu càng sâu rộng thì việc chia sẻ, bố thí Pháp càng có hiệu quả lớn lao hơn. Nên nhớ rằng **việc đọc sách còn quan trọng hơn cả việc mua sách.**

2. Phải trân quý kinh điển, sách vở in ấn lời Phật dạy. Khi có điều kiện thì mua, thỉnh về nhà để tự mình và người trong gia đình đều có điều kiện học hỏi làm theo. Không nên giữ làm của riêng mà phải sẵn lòng chia sẻ, truyền rộng, khuyến khích nhiều người khác cùng đọc và học theo. Không nên để kinh sách nằm yên đóng bụi trên kệ sách, vì **kinh sách không có người đọc thì không thể mang lại lợi ích.**

3. Tùy theo khả năng mà đóng góp tài vật, công sức để hỗ trợ cho những người làm công việc biên soạn, dịch thuật, in ấn, lưu hành kinh sách, **để ngày càng có thêm nhiều kinh sách quý được in ấn, lưu hành.**

Thông thường, việc chi tiêu một số tiền nhỏ không thể mang lại lợi ích lớn, nhưng nếu sử dụng vào việc giúp lưu hành kinh sách thì lợi ích sẽ lớn lao không thể suy lường. Đó là vì đã giúp cho nhiều người có thể hiểu và làm theo lời Phật dạy. Mong sao quý Phật tử khắp nơi đều lưu tâm đóng góp sức mình vào những việc như trên.

TINH YẾU THỰC HÀNH PHÁP THÍ

- *Mua thỉnh kinh sách về đọc, tự mình sẽ được rất nhiều lợi ích.*

- *Chia sẻ, truyền rộng bằng cách cho mượn, biếu tặng kinh sách đến nhiều người thì lợi ích ấy càng tăng thêm gấp nhiều lần.*

- *Đóng góp công sức, tài vật để hỗ trợ công việc biên soạn, dịch thuật, giảng giải, in ấn, lưu hành kinh sách thì công đức lớn lao không thể suy lường, vì có vô số người sẽ được lợi ích từ việc lưu hành kinh sách.*

www.ingramcontent.com/pod-product-compliance
Lightning Source LLC
LaVergne TN
LVHW091537060526
838200LV00036B/649